PHÚC ÂM BA CHIỀU

Mục Vụ Tại Những Nền Văn Hóa
Chú Trọng Tội Lỗi, Xấu Hổ và Sợ Hãi

Jayson Georges

RESOURCE LEADERSHIP INTERNATIONAL - 2017
PHIÊN BẢN QUỐC TẾ

Bài Kiểm Tra Văn Hóa

Để có thể đón nhận trọn vẹn ích lợi của cuốn sách này, trước hết bạn hãy hoàn thành Bài Kiểm tra Văn hóa – một bài khảo cứu trực tuyến để biết bạn thuộc nhóm văn hóa chính yếu nào: mặc cảm tội lỗi, xấu hổ, hay sợ hãi. Bài kiểm tra tự do này sẽ mất khoảng 5 phút để hoàn tất, và bạn sẽ nhận được kết quả ngay. Hãy vào trang web TheCultureTest.com. Trong thời điểm hiện tại, bài kiểm tra văn hoá trên trang web chỉ có sẵn phiên bản tiếng Anh và một số ngôn ngữ khác, nhưng chưa có tiếng Việt. Chúng tôi hy vọng phiên bản tiếng Việt sẽ sớm được cập nhật để độc giả Việt Nam có thể sử dụng.

Tại thời điểm xuất bản (bản tiếng Anh), tất cả các bài viết và đường dẫn video được trích dẫn trong sách này đều sẵn có miễn phí trên internet. Trích dẫn không có nghĩa là đồng ý với mọi nguồn trích dẫn đó, chúng chỉ nhằm mục đích nghiên cứu thêm.

Bản dịch tiếng Việt: Lê Hồng Anh - Trần Thị Lan Khuê

Hiệu đính: Thân Huệ Anh

Sửa bản in: Văn Phẩm Hạt Giống

Thiết kế bìa: Nguyễn Hiền Thư

Mã số ISBN (Canada): 978-0-9959447-8-7

Mục Lục

Chương 1

Những Thực Tế Mới Mẻ

Gulzel đã tiếp nhận Chúa Giê-xu khi còn là sinh viên. Sứ điệp khiến cô quyết định tiếp nhận Đấng Christ khá rõ ràng: "Tội lỗi bạn đã phân cách bạn với Đức Chúa Trời; vì vậy bạn đáng bị hình phạt. Chúa Giê-xu đã chết vì tội lỗi của bạn. Hãy tin nhận Ngài, thì tội lỗi bạn sẽ được tha." Đức tin của cô là thật và rất chân thành. Tội lỗi của cô đã được tha và cô vui hưởng đời sống mới trong Đấng Christ. Nhưng là một người Trung Á, Gulzel đã đối diện với những tình huống đặc biệt mà sự tha thứ không thể giải quyết chúng một cách toàn diện.

Một tối Chúa nhật nọ, Gulzel từ quê nhà trở lại thành phố. Cô bước vào một chiếc taxi, trên xe có anh tài xế và ba người đàn ông khác. Xe đi được một đoạn thì những vị khách nam này mời cô về nhà họ uống nước và gạ gẫm cô. Là một thiếu nữ, cô cảm thấy khó chịu và cố thoát khỏi tình huống đó. Đi được nửa đường thì những người đàn ông này dừng xe dọc đường để uống rượu. Khi đã say, họ bắt đầu chọc ghẹo cô. Ngay lúc đó, Gulzel nhận ra chú của cô đang lái xe hơi đi về phía cô. Thế nhưng thay vì chạy ra đường vẫy tay đón chú, Gulzel lại che mặt đi. Cô không muốn chú nhìn thấy cô. Mối quan tâm chính của Gulzel lúc đó là tránh bị xấu hổ và giữ sĩ diện cho gia đình.

Vài năm sau, anh trai của Gulzel qua đời. Gia đình của cô rất đau lòng trước sự ra đi của anh, đặc biệt vì anh là con trai trưởng và vai trò đó trong gia đình rất quan trọng. Sau khi anh qua đời vài tuần, Gulzel bắt đầu thường xuyên nằm mơ thấy anh. Khi cô ngủ, nhiều tà linh có hình dạng giống như anh trai cô đã hành hạ cô. Khi Gulzel thuật lại cho gia đình những cơn ác mộng này, gia đình bảo cô phải lấy cục đất ở phần mộ của anh mình mà ăn để xoa dịu những tà linh này. Gulzel ao ước có được sức mạnh tâm linh để có thể thoát khỏi những sự hành hại ấy và tìm được sự bình an.

Mặc dù đã hoàn toàn được tha thứ khỏi tội lỗi, Gulzel vẫn cần kinh nghiệm được Đức Chúa Trời cứu khỏi sự xấu hổ, sợ hãi, và mặc cảm. Cũng như hầu hết Cơ Đốc nhân trên thế giới, Gulzel cần đến một Phúc âm gồm ba phương diện đó là sự tha thứ, sự tôn trọng và năng quyền từ Đức Chúa Trời.

Ba Loại Văn Hóa

"Có ba kiểu phản ứng đối với tội lỗi mà chúng ta cần chú ý, đó là sợ hãi, xấu hổ và mặc cảm."– Eugene Nida.[1]

Các nhà truyền giáo Cơ Đốc đã nhận thấy trong các nền văn hóa của con người tồn tại ba đáp ứng đối với tội lỗi: mặc cảm, xấu hổ và sợ hãi. Ba cảm nhận về mặt đạo đức này đã trở thành nền tảng cho ba loại văn hóa: (1) *văn hóa cảm thấy có tội-vô tội,* là những kiểu xã hội theo chủ nghĩa cá nhân (hầu hết ở phương Tây), nơi mà những người vi phạm luật pháp là những người có tội và phải tìm kiếm công lý hoặc sự tha thứ để sửa sai, (2) *văn hóa xấu hổ-danh dự* là đặc điểm của những nền văn hóa mang tính cộng đồng (phổ biến là ở Đông phương), nơi người ta sẽ cảm thấy xấu hổ khi không làm theo mong đợi của cộng đồng và phải tìm

---

1. Eugene Nida, *Customs and Cultures* (New York: Harper, 1954), 150. Cách phân chia ba chiều về văn hóa này được khởi xướng bởi Nida, sau đó được phát triển và phổ biến bởi Roland Muller, *Honor and Shame: Unlocking the Door* (Philadelphia: Xlibris, 2001).

cách để phục hồi danh dự cho cộng đồng của mình, và (3) *văn hóa sợ hãi-quyền lực* ám chỉ những nền văn hóa theo thuyết duy linh (thường thấy ở các bộ tộc hoặc ở châu Phi), nơi những người sợ hãi ác linh hoặc sợ bị hành hại sẽ tìm kiếm sức mạnh để chiến thắng thế giới tâm linh qua những nghi lễ huyền bí.

Ba loại văn hóa này, cũng giống như các mẫu tính khí, giúp chúng ta hiểu được cách nhìn của mọi người về thế giới. Mỗi cá nhân có những *cá-tính* (tính khí) thế nào, thì mỗi nhóm văn hóa cũng có cùng *nhóm-tính*" (tính chất nhóm) thể ấy. Tính chất nhóm này chỉ về một "khuôn mẫu có tổ chức của những đặc điểm hành vi của một nhóm người."[2] Khuynh hướng văn hóa hay tính chất nhóm của một người định hình thế giới quan, đạo đức, danh tính, và ý niệm của người đó về sự cứu rỗi còn nhiều hơn cả tính khí của họ. Vì vậy, sự hiểu biết về các loại hình văn hóa sẽ giúp chúng ta lường trước được những xung đột về văn hóa và truyền tải Phúc Âm gồm ba phương diện đến với thế giới. Sách Ê-phê-sô là một ví dụ rất phù hợp về phương cách mà ân điển của Đức Chúa Trời cứu chữa cho mặc cảm tội lỗi, sự xấu hổ và sợ hãi.

Ba Phương Diện của Phúc Âm trong Ê-phê-sô

Sứ đồ Phao-lô đã viết thư Ê-phê-sô để giải thích "sự phong phú vô hạn của Đấng Christ" (3:8), là sự giàu có chứa đựng ba thành tố của sự cứu rỗi (phần in nghiêng sau đây).

Có tội-vô tội – "Vì trong Đấng Christ, chúng ta được cứu chuộc bởi huyết Ngài, *được tha tội*" (1:7a). "Nên ngay khi chúng ta đã

---

2. "Groupality," *Wikipedia*, October 1, 2014, http://en.wiktionary.org/wiki/groupality.

chết vì *những vi phạm*, thì Ngài khiến chúng ta cùng sống với Đấng Christ" (2:5).

Xấu hổ-danh dự – "Trong tình yêu thương, Ngài đã định sẵn cho chúng ta *địa vị* làm *con nuôi* của Ngài bởi Đức Chúa Jêsus Christ" (1:5). "Như vậy, anh em không còn là *người xa lạ*, hoặc là *người tạm trú* nữa, nhưng là *người đồng hương* với các thánh đồ, và là *thành viên* trong *gia đình* của Đức Chúa Trời" (2:19, xem thêm 2:12-13).

Sợ hãi-quyền lực – "*quyền năng vĩ đại không dò lường được* của Ngài, đối với chúng ta là những người tin, theo sự tác động của *quyền năng siêu việt* của Ngài. Đó là quyền năng Ngài *thực hiện* trong Đấng Christ khi *khiến* Đấng Christ từ cõi chết *sống lại*, và đặt ngồi bên phải Ngài trong các nơi trên trời, *vượt trên tất cả mọi quyền thống trị, mọi thẩm quyền, mọi thế lực, mọi chủ quyền*" (1:19-21). "Cuối cùng, anh em *phải mạnh mẽ* trong Chúa và nhờ *sức toàn năng* của Ngài. Hãy trang bị *mọi khí giới* của Đức Chúa Trời để anh em có thể *đứng vững* chống lại *các mưu kế của ma quỷ*" (6:10-11).

Ba khía cạnh của sự cứu rỗi này cũng khá nổi bật trong lời cầu nguyện của Phao-lô: "Tôi cũng xin Ngài soi sáng con mắt của lòng anh em, để anh em biết *niềm hy vọng* mà Chúa đã gọi anh em đến là gì, sự phong phú của *cơ nghiệp vinh quang* Ngài trong các thánh đồ là thể nào, và đâu là quyền năng vĩ đại không dò lượng được của Ngài, đối với chúng ta là những người tin" (1:18-19). Phúc âm vẫn luôn là một tổng thể không thể tách rời, nhưng việc xem xét những khía cạnh này một cách riêng lẻ đem lại cho chúng ta một sự hiểu biết đầy đủ về sự cứu rỗi. Việc hiểu Ê-phê-sô theo ba chiều kích sẽ giúp Cơ Đốc nhân nhận thức một cách đầy đủ "sự phong phú của ân điển Ngài, là ân điển mà Ngài ban cho chúng ta một cách dư dật. Với tất cả sự khôn ngoan, thông hiểu" (1:7-8).[3]

Ngắm Viên Kim Cương Trọn Vẹn

Phúc âm là một viên kim cương có nhiều mặt, và Đức Chúa Trời muốn mọi người ở tất cả các nền văn hóa đều được kinh nghiệm sự cứu rỗi trọn vẹn của Ngài. Nhưng bỏ qua bản chất đa dạng của sự cứu rỗi Cơ Đốc, Cơ Đốc giáo phương Tây lại chỉ nhấn mạnh một khía cạnh của sự cứu rỗi (đó là sự tha tội), và như vậy bỏ qua những khía cạnh khác của Phúc âm Đấng Christ. Hãy hình dung một viên kim cương chỉ có một mặt! Đối với những người phục vụ trong môi trường xuyên văn hóa, một Phúc âm bị cắt xén sẽ cản trở các phương diện thuộc linh, thần học, các mối quan hệ, và mục vụ. Như vậy, vô tình chúng ta đã giam hãm Đức Chúa Trời trong một chiếc hộp, chỉ cho phép Ngài cứu con người ở một phạm vi giới hạn mà thôi.

Tuy nhiên, chúng ta có thể hiểu được tại sao Cơ Đốc giáo phương Tây lại nhấn mạnh khía cạnh cứu rỗi của Kinh Thánh trong bối cảnh văn hóa của họ. Về phương diện lịch sử, cả hai tiếng nói quan trọng đẳng sau nền thần học phương Tây, Augustine ở Hippo (sinh năm 364) và Martin Luther (sinh năm 1483), đều đã bị dằn vặt bởi sự cảm nhận nội tâm về cơn thịnh nộ của Đức Chúa Trời đối với tội lỗi của họ. Vì thế những bài viết của họ thường nghiên cứu phương cách Đức Chúa Trời tha thứ và kể những con người tội lỗi là vô tội. Mặc dù thần học trong bối cảnh phương Tây bàn về vấn đề tội lỗi và sự vô tội, nhưng mọi người ở phần lớn các nền văn hóa trên thế giới lại ao ước có được sự tôn

---

3. Để hiểu thêm về Ê-phê-sô, xin xem Clint Arnold, *Power and Magic: The Concept of Power in Ephesians* (Eugene, HOẶC: Wipf and Stock, 2001); Peter Gosnell, "Honor and Shame Rhetoric as a Unifying Motif in Ephesians," *Bulletin for Biblical Research* 16:1 (2006): 105-128.

trọng để cất bỏ sự xấu hổ và có được sức mạnh để xóa tan những sợ hãi.

Dù đặc điểm xấu hổ-danh dự và sợ hãi-quyền lực chiếm ưu thế trong các nền văn hóa trên toàn cầu, chúng vẫn còn là những điểm mù trong hầu hết thần học Cơ Đốc. Sự hiểu biết của Gulzel về sự cứu rỗi Cơ Đốc, được tiếp nhận từ thần học phương Tây, chỉ có một chiều. Vì vậy cô đã chú ý đến những tập tục văn hóa nhấn mạnh đến danh dự và quyền lực, mà bỏ qua ân điển của Đức Chúa Trời. Vậy,Phúc âm cho những nền văn hóa thiên về mặc cảm tội lỗi, sự xấu hổ, và sự hãi là gì? Viên kim cương trọn vẹn này trông như thế nào?

Các nền văn hóa của thế giới thời Kinh Thánh chủ yếu dựa trên sự xấu hổ và sợ hãi. Vì vậy, sự tôn trọng và quyền lực là những nét nổi bật của câu chuyện Kinh Thánh. Câu chuyện cứu rỗi của Kinh Thánh trình bày một nền thần học và truyền giáo học cho tất cả ba loại văn hóa. Hội thánh ngày nay cũng phải trình bày Phúc âm gồm ba phương diện này trong những bối cảnh văn hóa khác nhau. Để có thể trang bị cho tất cả các Cơ Đốc nhân trên thế giới một mục vụ kết quả, chúng ta cần phải xem xét đặc điểm của từng nhóm người về mặt văn hóa, thần học và truyền giáo học.

Chương 2

Văn Hóa

Duy Trì Sự Cân Đối

Mặc dù mặc cảm tội lỗi, sự xấu hổ, và sợ hãi là ba cách nhìn khác nhau về văn hóa, nhưng không có nền văn hóa nào hoàn toàn chỉ thiên về một trong ba quan điểm này. Ba xu hướng này có sự tác động lẫn nhau và chồng chéo lên nhau trong tất cả các loại hình xã hội. Những tình huống của Gulzel cho thấy nền văn hóa Trung Á kết hợp các xu hướng xấu hổ và sợ hãi lại với nhau như thế nào. Ngay cả những cá nhân hay nhóm người trong một nền văn hóa cũng có thể thay đổi, tùy theo vùng miền, tuổi tác, giới tính,... Một người Thái ở vùng nông thôn có thể sống dưới ảnh hưởng của loại hình văn hóa chú trọng vào sự sợ hãi nhiều hơn là một người ở thành phố Băng Cốc. Những thanh niên ở châu Mỹ coi trọng sự chân thật và mối liên hệ với người khác lại đang có xu hướng văn hóa chú trọng vào sự xấu hổ. Sự phức tạp của con người thách thức cách phân loại giản đơn, chọn xu hướng này mà bỏ xu hướng kia.

Một mô hình văn hóa chính xác hơn sẽ đo lường được ảnh hưởng của mỗi xu hướng trên một nhóm người. Hãy quan sát hình tam giác dưới đây, mỗi góc đại diện cho một xu hướng văn hóa: mặc cảm tội lỗi, xấu hổ và sợ hãi. Xu hướng văn hóa của một nhóm người, được phản ánh bởi vị trí trong hình tam giác, tùy thuộc vào mức độ tác động của từng xu hướng trên nhóm đó.

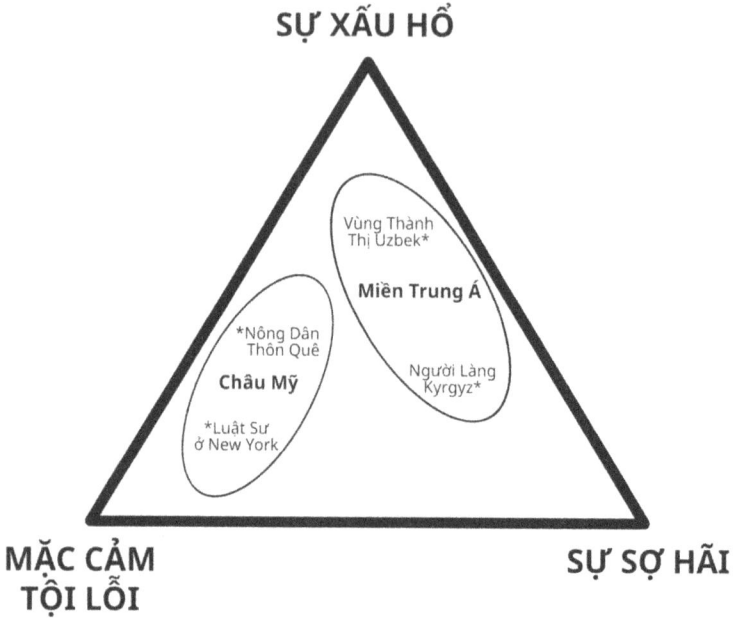

SỰ XẤU HỔ

Vùng Thành
Thị Uzbek*

Miền Trung Á

*Nông Dân
Thôn Quê

Châu Mỹ

Người Làng
Kyrgyz*

*Luật Sư
ở New York

MẶC CẢM
TỘI LỖI

SỰ SỢ HÃI

*(Những ví dụ này chỉ có tính minh họa,
không dựa trên nghiên cứu thực tế)*

Mỗi quan điểm văn hóa là một sự tổng hòa của mặc cảm tội lỗi, sự xấu hổ và sợ hãi. Vì thế, nền văn hóa dựa trên sự xấu hổ được đặt *hướng về* (không phải *ở trong*) góc trên. Roland Muller nói rằng ba xu hướng này giống như ba màu cơ bản mà từ đó những họa sĩ sẽ tạo ra hàng ngàn màu khác nhau.Việc mỗi màu được sử dụng nhiều ở mức độ nào sẽ quyết định loại hình văn hóa cuối cùng nổi bật lên đó.[1]

Giống như tất cả các biểu đồ văn hóa, hình thức ba mặt mặc cảm tội lỗi-xấu hổ-sợ hãi này làm đơn giản hóa những phức tạp

---

1. Muller, *Honor and Shame*, 16.

thành những cách phân loại rõ ràng. Dù mỗi nền văn hóa đều có tính độc đáo của nó, nhưng chúng vẫn có những điểm chung nào đó để có thể xếp vào thành ba loại hình văn hóa. Những phần sau sẽ tóm tắt những điểm chung của mỗi loại hình văn hóa.

Những Nền Văn Hóa
Coi Trọng Việc Đúng-Sai

"Liêm chính là luôn làm điều ngay thẳng, ngay cả khi không có ai nhìn thấy." - C. S Lewis

Ý niệm đúng-sai là những cột trụ căn bản tại những nền văn hóa coi trọng việc có tội-vô tội. Xã hội tạo ra những luật lệ để xác định những hành động nào là đúng hay sai. Những luật lệ này chỉ ra những hành vi nào là có thể chấp nhận được. Một người trưởng thành sẽ nhận biết điều đúng và điều sai, và đó là "người sống theo luật pháp". Làm điều đúng sẽ giữ cho con người ở trong tình trạng vô tội; còn làm điều sai sẽ khiến con người mắc tội. Chính phủ, các tập đoàn, nhóm người, và kể cả gia đình đều thiết lập những quy tắc để hướng dẫn hành vi xã hội và mong muốn những quy tắc đó áp dụng cho tất cả mọi người. Không có ai ở trên luật pháp. Xã hội nào cũng mong muốn Nữ thần công lý sẽ luôn phán xét cách công minh.

Những nền văn hóa theo khuynh hướng nhấn vào tính chất có tội không chỉ đơn thuần nhấn mạnh những quy tắc và luật lệ nhưng cũng làm cho mọi người thích nghi với xã hội để tiếp thu những quy tắc ứng xử ấy. Trách nhiệm đạo đức đến từ bên trong. Xã hội mong muốn lương tâm chúng ta sẽ hướng dẫn chúng ta làm điều đúng. Một trong những kỷ niệm đáng nhớ nhất trong thời thơ ấu của tôi đó là lương tâm tôi đã bị dằn vặt vì tôi đã ăn trộm một chiếc xe cứu hỏa đồ chơi tại trường mầm non. Dù không ai nhìn thấy, nhưng lương tâm đã dằn vặt tôi cho đến khi tôi trả lại món đồ chơi đó vào ngày hôm sau. Mặc cảm tội lỗi không cần phải có khán giả.

Nó dẫn đến một hệ thống chủ nghĩa cá nhân. Cách nuôi dạy con cái ở phương Tây huấn luyện cho trẻ con biết tự suy nghĩ, biết là chính mình và làm người tiên phong. Sự nhượng bộ trước những áp lực xã hội là điều ít được hoan nghênh. Mọi người phải có tinh thần tự lập. Vì mỗi người đều có nhận thức của riêng mình, nên từng cá nhân phải tự xác định cho mình những hành vi được xã hội chấp nhận. Xã hội luôn mong đợi mọi người tự mình hành động một cách đúng đắn.

Nhưng khi một người làm một điều gì đó sai (như đã được xác định bởi những quy tắc và luật lệ), thì công lý đòi hỏi những hành động sai trái đó phải được xử lý một cách công bằng. Có nhiều thuật ngữ khác nhau trong tiếng Anh phản ánh uy quyền tối cao của công lý trong xã hội phương Tây. Khi người ta làm điều sai trái, thì chúng ta "tìm kiếm công lý," "đòi hỏi sự công bằng," và mong muốn "công lý phải được thực thi." Công lý là tính chất đúng đắn phổ quát về mặt đạo đức.

Văn hóa chú trọng đến tính chất có tội nhấn mạnh vào hành động. Người phạm tội có thể khắc phục một hành động tội lỗi bằng một hành động khác – lao động công ích, nộp phạt, ở tù. Vì vấn đề ở đây là một hành động sai, nên giải pháp là một hành động đối trọng tương ứng với việc làm sai đó. Để giảm tội, người phạm tội phải xưng nhận hành động sai trái của mình và/hoặc cung ứng sự đền bù. Người thành thật nhận lỗi sẽ được khen ngợi. Chẳng hạn, một chính trị gia bị tố cáo về tội không chung thủy trong hôn nhân có thể sửa sai bằng cách công khai xưng nhận hành động sai trái của mình. Những ý niệm về lương tâm, sự xưng tội, đúng/sai, sự đền bù, công lý, và sự tha thứ hướng dẫn những hành vi xã hội trong những nền văn hóa chú trọng vào việc có tội-vô tội.

Khuynh hướng có tội-vô tội không những hình thành mặt đạo đức của một nền văn hóa, mà còn ảnh hưởng đến những ý niệm về nhân thân của con người. Vì nhấn mạnh vào hành động, nên những người theo chủ nghĩa cá nhân xác định giá trị dựa trên hành động. Tính cách con người được đánh giá dựa trên công việc và thú tiêu khiển, thay vì gia đình và chủng tộc. Mọi người đều định nghĩa mình thông qua việc họ cư xử và thể hiện chính mình khác với số đông như thế nào, chứ không phải thông qua nhóm mà họ thuộc về.

Con đường đi đến nền văn hóa cá nhân chủ nghĩa, đúng-sai rạch ròi ở phương Tây đã bắt đầu hơn 2,500 năm trước. Những người La Mã và Hy Lạp cổ đại sống vì danh dự; những người "yêu danh dự" (*philotime*) được đánh giá cao. Nhưng trải qua thời gian, những nhà triết học này cho rằng danh dự phải được gán cho nếp sống đạo đức, thay vì cho gốc gác, sự cường tráng hay sự giàu có của một người. Không phải có quyền lực, mà làm điều đúng mới khiến một người trở nên đáng tôn trọng. Trong quyển *Euthyphro's Dilemma* (Tạm dịch: Song đề Euthyphro), Socrates kết luận rằng ngay cả các vị thần cũng phải cư xử một cách lễ độ. Các nhà triết học cổ đại đã gắn liền địa vị xã hội với hành vi đạo đức của mỗi cá nhân.

Sau này, các nhà tư tưởng thuộc phong trào Phục Hưng và Khai Sáng đã định nghĩa con là những cá nhân biết suy nghĩ độc lập: "Tôi tư duy, vì thế tôi tồn tại." Ngày nay triết học phương Tây giải thích bản chất của một người tách rời với những mối quan hệ hay cộng đồng của họ. Vì thế, nền văn minh phương Tây đã bỏ qua những động lực chung (nghĩa là, danh dự, sự xấu hổ, và sĩ diện) để chú ý đến vấn đề tội lỗi, sự vô tội và công lý.

Nền Văn Hóa
Chú Trọng Xấu Hổ-Danh Dự

"Danh dự là có cái nhìn tốt về người tốt." - Seneca, triết gia nổi tiếng người Ý

Sau sự kiện đánh bom đầy bi thương tại cuộc đua Ma-ra-tông ở Boston năm 2013, phương tiện truyền thông đã tìm thấy người chú của những kẻ bị tình nghi. Trên chương trình truyền hình đại chúng, chú Chechen đã lên án những người cháu của mình: "Chúng bay đã bôi tro trát trấu vào cả gia tộc của chúng ta – gia tộc Tsarnaev. Và chúng bay đã làm cả tộc Chechen phải xấu hổ... Bây giờ mọi người đang đổ sự xấu hổ đó trên cả dân tộc này." Cũng giống như người Mỹ đau buồn về bi kịch của sự mất mát, người chú của chủng tộc Chechen này cũng đã than khóc cho sự xấu hổ của dân tộc mình.[2]

Những xã hội coi trọng sự xấu hổ-danh dự thường có xu hướng nhóm khá mạnh. Danh dự là giá trị xã hội của một người, là giá trị của một người trong con mắt của cộng đồng. Bạn là người có danh dự khi những người khác nghĩ tốt về bạn, từ đó dẫn đến những mối quan hệ hài hòa trong cộng đồng. Danh dự đến từ các mối quan hệ.

Mặt khác, xấu hổ là cảm nhận khi bị xã hội đánh giá không tốt: đó là sự đánh giá thấp của cộng đồng về bạn. Bạn đang bị phân cách khỏi cộng đồng. Chẳng hạn, một từ Thái chỉ về sự xấu hổ nói mang nghĩa "vạch mặt một người," để người đó trở nên xấu xí trước mắt người khác. Còn đây là những từ ngữ mà một người Y-sơ-ra-ên thường kêu than trước mặt Đức Chúa Trời về sự xấu hổ:

---

2. "Người Chú Đã Gọi Những Kẻ Đánh Bom Tại Cuộc Đua Ma-ra-tông Ở Boston Là 'Đồ Tồi'," *CNN*, April 19, 2013, *http://www.cnn.com/2013/04/19/us/marathon-suspects-uncle/index.html.*

"Chúa làm chúng con thành *vật ô nhục* cho kẻ lân cận chúng con, làm *trò cười* và là *kẻ đáng khinh* cho những người xung quanh. Chúa làm chúng con thành *tục ngữ* giữa các nước, trong các dân, ai thấy chúng con cũng *lắc đầu*. Suốt ngày *sự sỉ nhục ở* trước mặt con, *sự xấu hổ* bao phủ mặt con" (Thi 44:13-15, chữ in nghiêng nhằm nhấn mạnh).

Danh dự và sự xấu hổ có chức năng như một sự đánh giá uy tín xã hội để đo lường danh tiếng của một người. Vì danh dự và sự xấu hổ có mối quan hệ mật thiết với nhau, nên những nền văn hóa này mang tính tập thể. Những người sống trong những nền văn hóa xấu hổ-danh dự buộc phải duy trì địa vị xã hội của cộng đồng, thường bằng những ước muốn cá nhân. Nếu một thanh niên lập gia đình với một người không cùng thị tộc, thì cả dân làng sẽ buộc người cha phải hành động vì danh dự của dòng tộc. Sự xấu hổ và danh dự mang tính truyền nhiễm; những gì một người làm sẽ ảnh hưởng đến cả cộng đồng. Khi Bra-xin thua Đức 7-1 trong World Cup 2014, cổ động viên Bra-xin đã nói: "Dân tộc của chúng ta đã bị tổn thương. Suốt đời chúng ta sẽ phải đối diện với sự chê cười của mọi người," và "Tôi cảm thấy xấu hổ khi phải làm người Bra-xin."[3] Trong Kinh Thánh cũng vậy, dân tộc của Đức Chúa Trời đã làm danh Ngài bị hổ thẹn (Mal 1:6; Rô 2:24). Ngay từ nhỏ, trẻ con đã được dạy rằng chúng phải hành động để bảo vệ danh dự của cả cộng đồng. Vì thế, mỗi người phải nhắm đến mục đích là tránh đem lại sự hổ thẹn cho gia đình, làng xóm, và thậm chí quốc gia của mình.

Mạng lưới xã hội của những nền văn hóa xấu hổ-danh dự được thiết lập nhằm xây dựng và mở rộng một hệ thống các mối quan hệ. Những sự liên kết ấy là rất quan trọng trong mọi khía cạnh của đời sống. Những người mà bạn biết (và những người biết

---

3. Alexandra Garcia and Sergio Pecanha, "World Cup Despair in Brazil," *The New York Times*, July 9, 2014.

bạn) là vô cùng quan trọng! Những nền văn hóa theo cộng đồng đánh giá cao sự hài hòa trong các mối quan hệ. Mọi người cố gắng duy trì các mối quan hệ cá nhân và tránh xung đột với người khác. Việc giữ thể diện và duy trì sự hòa bình có tác dụng bảo tồn các mối quan hệ.

Trong các mối quan hệ, điều quan trọng là phải duy trì sự cân đối trong các bổn phận và sự tác động qua lại. Quà tặng và lòng hiếu khách luôn luôn được đền đáp, nếu không người ta sẽ phải gánh chịu "món nợ xã hội" về sự xấu hổ trước người khác. Động lực gia đình và cơ cấu lãnh đạo càng mang tính độc đoán hơn. Mọi người dành cho những người lãnh đạo thẩm quyền và uy tín để đổi lại được bảo vệ và chu cấp.

Trong nền văn hóa xấu hổ-danh dự, mỗi người có một vai trò riêng, dựa trên tuổi tác, giới tính, và địa vị xã hội. Mọi người duy trì danh dự bằng cách đối xử tùy theo vai trò đó. Ngay cả trẻ con cũng học cách để điều chỉnh các mối quan hệ hay hoàn cảnh sao cho có thể giữ được danh dự. Wesley Yang đã nói rằng "cách nuôi dạy con cái của người châu Á rõ ràng nhắm đến sự hạ thấp vai trò cá nhân vì lợi ích của tập thể lớn hơn...kiểu nuôi dạy con cái này nhắm đến việc tạo ra một 'cái tôi phụ thuộc lẫn nhau,' được xác định không phải bởi ý nghĩa của đứa trẻ ấy đối với quyền tự quản bên trong, nhưng bởi sự nhạy cảm của nó đối với những vai trò xã hội mà nó đóng tùy theo bối cảnh mà nó tìm thấy chính mình ở trong đó."[4]

Tập thể đòi hỏi tính đạo đức phải được thể hiện ra bên ngoài. Khi phải lựa chọn một điều gì, người ta sẽ tự hỏi: "Cách chọn lựa nào là đáng trọng?", "Người khác sẽ nghĩ gì?", hoặc "Còn danh dự của gia đình tôi thì sao?" Khi một người có nhiều vai trò xã hội, thì

---

4. Wesley Yang, "'Tiger Writing,' by Gish Jen," *The New York Times*, April 26, 2013.

cách cư xử chấp nhận được sẽ tùy thuộc vào bối cảnh, không phải những nguyên tắc. Những nền văn hóa xấu hổ-danh dự tin vào sự đúng và sai về mặt đạo đức, nhưng định nghĩa tính đạo đức dựa trên mối quan hệ, không phải dựa trên luật pháp hay trên những nguyên tắc trừu tượng. Điều gì tốt nhất cho các mối quan hệ chính là điều đúng về phương diện đạo đức.

Mặc dù hành động có thể mang đến sự xấu hổ (chẳng hạn như trốn thuế, hoặc trượt chân trên sân khấu), nhưng sự xấu hổ sâu xa nhất thường đến từ việc trở thành một loại người nhất định. Uy tín trong những xã hội mang tính tập thể chủ yếu được thừa hưởng từ nhóm. Bạn là ai, dù được tôn trọng hay đáng xấu hổ, đều được mô tả dựa trên tính sắc tộc, tính nổi bật, lý lịch và gốc gác của cộng đồng bạn. Danh tính của bạn được xác định dựa vào *gốc gác* của bạn nhiều hơn là *điều* bạn làm. Nhiều người ở trong các nền văn hóa Á Đông thường giới thiệu về mình bằng cách đưa họ của mình lên trước tên gọi. Trong các sách Phúc Âm, Đức Chúa Giê-xu đã ban phẩm giá và danh dự cho những người sống trong sự xấu hổ vì cớ hoàn cảnh vượt ngoài tầm kiểm soát của họ. Những người mù, điếc, què, phung, những phụ nữ bị lưu huyết, những người bị quỷ ám, và những người ngoại bang là những người không tinh sạch sống ngoài lề xã hội mà Chúa Giê-xu đã đem đến cho họ sự phục hồi cả về phương diện thể chất lẫn mối liên hệ xã hội.

Cất đi sự xấu hổ không chỉ đòi hỏi sự tha thứ. Xấu hổ tạo ra cảm giác sỉ nhục, không được chấp nhận và bị từ bỏ. Sự xấu hổ nói lên sự kém thiếu của con người đó. Trong khi mặc cảm tội lỗi nói: "Tôi *đã phạm* một sai lầm"; thì sự xấu hổ nói: "Tôi *chính là* sai lầm." Vì vấn đề ở đây là con người thật sự, nên người bị xấu hổ sẽ bị loại khỏi hội đoàn ấy. Để tránh bị loại trừ như vậy, người ta thường che đậy sự xấu hổ của mình trước người khác. Sơ đồ sau đây so sánh phương cách mà những nền văn hóa dựa trên mặc cảm tội lỗi và dựa trên sự xấu hổ tạo nên hành vi của một người.

	Dựa trên mặc cảm tội lỗi	Dựa trên sự xấu hổ
Thường được định nghĩa bởi	Quy tắc và luật lệ	Những mối quan hệ và vai trò
Hành vi được hướng dẫn bởi	Lương tâm bên trong	Cộng đồng bên ngoài
Những vi phạm tạo ra	Mặc cảm tội lỗi	Sự xấu hổ
Nan đề chính	"Tôi đã phạm\ một sai lầm" (hành động)	"Tôi chính là sai lầm" (bản thân)
Những vi phạm ảnh hưởng đến	Người vi phạm	Cộng đồng
Phản ứng của người vi phạm	Minh oan hoặc xin lỗi	Lẩn trốn hoặc che giấu
Phản ứng của cộng đồng	Hình phạt để thỏa mãn công lý	Loại trừ để cắt bỏ sự xấu hổ
Giải pháp	Tha thứ	Phục hồi

Cách nền văn hoá mặc cảm và xấu hổ định nghĩa
hành vi sai lầm và cách khắc phục.

Giải quyết sự xấu hổ là điều rất quan trọng bởi vì người bị xấu hổ (không giống người có mặc cảm tội lỗi) hầu như không thể làm được gì nhiều để có thể sửa chữa những tổn hại về mặt xã hội. Xóa đi sự xấu hổ đòi hỏi một sự tái tạo hay thay đổi của chính cái tôi; nhân tính của một người phải được thay đổi. Thông thường, một người ở địa vị cao hơn phải công khai phục hồi danh dự cho người bị xấu hổ, giống như người cha đã làm một cách đầy nhân từ cho cậu con trai hoang đàng trong Lu-ca 15.

Người phương Tây thường không nhận ra khuynh hướng danh dự và xấu hổ trong những nền văn hóa khác. Một trong những lý do đó là các ngôn ngữ khác nhau sử dụng những từ ngữ khác nhau để nói về danh dự và sự xấu hổ, chẳng hạn như sự vinh hiển, danh tiếng, địa vị, phẩm giá, hoặc sự xứng đáng. Nhiều nền văn hóa sử dụng các phép ẩn dụ như "mặt mũi" (VD: Mày làm thế, mặt mũi nào tao gặp bà con chòm xóm? - ND) hay "thanh danh" để nói về sự xấu hổ và danh dự, vì người ta thường được nhận diện thông qua diện mạo hay gương mặt, tên gọi của của mình.

Cũng vậy, những cách biểu đạt văn hóa về danh dự và sự xấu hổ có thể mâu thuẫn nhau. Ví dụ, những nền văn hóa Trung Đông thường đấu tranh vì danh dự một cách rất mãnh liệt. Xung đột được xem như là thắng-thua hoặc thua-thắng. Vì vậy, họ có thể dùng đến cách giết người hoặc thậm chí sự khủng bố trong danh dự để tránh sự sỉ nhục và phục hồi danh dự. Nhưng những nền văn hóa Đông phương, chẳng hạn như Nhật Bản và Hàn Quốc, thường tìm cầu sự hòa hợp. Xung đột là một trận chiến mà hai bên cùng thắng hoặc cùng thua. Vì thế, những người Á Đông thường phản ứng lại sự xấu hổ bằng việc sống xa lánh mọi người hoặc thậm chí tự sát. Mặc dù những biểu hiện bên ngoài có sự tương phản với nhau, nhưng cả hai văn hóa này đều được xây dựng vững chắc trên những giá trị của xấu hổ-danh dự.[5]

---

5. Để tìm hiểu thêm, xin đọc "Understanding 8 Traits of Honor-Shame Cultures," *www.HonorShame.com*, April 17, 2014, *http://honorshame.com/ understanding-8-traits-of-honorshame-cultures/*; "The Chase for Face: The Shame of Western Collectivism," Jackson Wu, August 19, 2014, *http://www.washingtoninst.org/8618/the-chase-for-face-the-shame-of-western-collectivism/*; David deSilva, *Honor, Patronage, Kinship, and Purity* (Downers Grove, IL: InterVarsity Press, 2000).

Những Nền Văn Hóa Chú Trọng Vào Sự Sợ Hãi-Quyền Lực

Trong những nền văn hóa dựa trên sự sợ hãi, điều quan trọng không phải là chân thành tin tưởng nơi những chân lý nhất định hay tuân theo những tiêu chuẩn đạo đức. Đúng hơn, những tập tục xoa dịu những thế lực tâm linh sẽ xác định hành vi có thể chấp nhận của con người. Điểm nhấn nằm ở những phương thức "tùy hứng" để xoa dịu hoặc thao túng những thế lực vô hình nhằm hành động vì ích lợi của bạn. Mọi người sợ sẽ làm điều gì đó không đúng trước thế giới thần linh. Những lãnh đạo trong những nền văn hóa sợ hãi-quyền lực thường là những người được sùng tín và thuộc thế giới thần linh có khả năng làm thay đổi dòng lịch sử qua những nghi lễ họ thực hiện. Mặc dù khuynh hướng sợ hãi và quyền lực này thường dính dáng đến những pháp sư ở các bộ tộc hoặc những phù thủy vùng Ca-ri-bê, nhưng chúng cũng có ảnh hưởng đến cách mà một thương gia Bra-xin cầu khẩn các thánh hoặc một chính trị gia Washington tham vấn từ một chiêm tinh gia.[6]

Ẩn sau vẻ bề ngoài của nhiều tôn giáo chính thức là vật linh thuyết hay bái vật giáo – tôn giáo thực dụng của những nền văn hóa sợ hãi-quyền lực. Vật linh thuyết tin rằng thần linh cư ngụ trong thế giới vật chất (trong cây cối, thời tiết, con người, bệnh tật, vân vân) có thể bị thao túng qua những nghi lễ ma thuật để phục vụ cho lợi ích của con người. Những tôn giáo "dân gian" hay tín ngưỡng của "bộ tộc" này về cơ bản dựa trên ba chiều kích của thực tại sau đây:

---

6. Steven V. Roberts, "White House Confirms Reagans Follow Astrology, Up to a Point," *The New York Times*, May 4, 1988.

1. Thế giới thấy được (con người, nhà cửa, những vật thể vật chất)

2. Những đối tượng không thấy được của thế giới này (thiên sứ, thần linh, các thế lực siêu nhiên, những lời nguyền rủa, tổ tiên)

3. Thế giới vô hình khác (Đức Chúa Trời, thiên đàng, địa ngục)

Vì các thế lực tâm linh vô hình ảnh hưởng đến cuộc sống hằng ngày của chúng ta, nên con người thường trông cậy vào chiều kích vô hình trung gian để giải thích cho việc mùa màng thất bát, bệnh tật, tai nạn, chiến tranh, hoặc thậm chí giới tính của một đứa trẻ. Vào năm 1982, nhà truyền giáo Paul Hiebert đã viết cuốn "The Flaw of the Excluded Middle" để giải thích quan điểm phương Tây, bị ảnh hưởng bởi chủ nghĩa duy lý khoa học, đã loại bỏ toàn bộ chiều kích trung gian của những thế lực tâm linh trong đời sống hằng ngày như thế nào.[7] Chủ nghĩa tân thời đã gạt bỏ thế giới quan sợ hãi-quyền lực, xem nó là "sự mê tín phi khoa học," và phớt lờ sự hiện diện thực tế của những hữu thể thuộc linh trong thế giới.

Những nền văn hóa sợ hãi-quyền lực sống trong nỗi sợ hãi thường trực trước những thế lực vô hình. Họ sợ rằng một sự khinh suất nào đó có thể khiến cho đời sống tâm linh của họ bị tổn hại – chẳng hạn như một tai nạn hay một cơn ác mộng. Những người ở trong những bối cảnh dựa trên sự sợ hãi không bao giờ biết được những vị thần linh thất thường có thể gây ra điều quái ác nào. Để khống chế những thế lực không biết được trong cuộc sống và tránh những ảnh hưởng của điều xấu, họ thường sử dụng đến những nghi lễ ma thuật. Những phương cách huyền bí được sử dụng để khai thác thế lực tâm linh nhằm tránh sự tổn hại và đem

---

7. Paul Hiebert, "The Flaw of the Excluded Middle," *Missiology* 10:1 (1982): 35-47.

đến phước lành. Mọi người cố gắng sống sao cho yên bình với những thế lực đang cùng cư ngụ trong thế giới của họ. Sự bất hòa với những thế lực tâm linh này có thể dẫn đến xui xẻo.

Những tập tục phổ biến để có được sức mạnh ấy bao gồm việc sử dụng bùa chú, lời nguyền, phép thuật, hình tượng, tụng kinh, niệm thần chú, ma thuật, đoán số tử vi, hoặc Mắt Ác. Lập luận đạo đức của những nền văn hóa sợ hãi-quyền lực cho rằng "Hãy làm một điều gì đó trong thế giới hữu hình để kêu gọi thế giới vô hình giúp đỡ bạn."

Để bảo vệ một đứa trẻ sơ sinh, cha mẹ có thể vẽ một hình ảnh trên trán bé để xua đuổi sự hành hại của tà linh. Để trả thù ai đó, người báo thù có thể đốt bức ảnh của kẻ thù mình. Để thúc đẩy việc có con, một cặp vợ chồng có thể viếng thăm một hòn núi thánh để cầu nguyện. Để ngăn chặn một căn bệnh truyền nhiễm, các già làng có thể dâng hiến một con bò đực để làm nguôi cơn giận của các vị thần. Để đảm bảo sự thịnh vượng, mỗi gia đình có thể dâng thức ăn lên bàn thờ tổ tiên. Để có được uy thế siêu nhiên suốt đời, người ta có thể chủ động mời những hữu thể của sự tối tăm bước vào đời sống của mình. Việc tình nguyện phục tùng những vị thần linh này hứa hẹn được bảo vệ, giúp đỡ về tinh thần, và có thể có một vị trí đáng tôn trọng như là một vị pháp sư ở trong cộng đồng đó.[8]

Nguyên Do Có Các Loại Hình Văn Hóa

Tại sao nền văn hóa chú trọng vào mặc cảm tội lỗi, xấu hổ và sợ hãi này tồn tại? Câu trả lời phần lớn là do yếu tố kinh tế-

---

8. Để hiểu thêm, xin xem: Dean Halverson, "Animism: The Religion of the Tribal World" *IJFM* 15:2 (1998): 59-67; Gailyn Van Rheenen, *Communicating Christ in Animistic Contexts* (Pasadena, CA: William Carey Library, 1996); Paul Hiebert, Daniel Shaw, và Tite Tienou, *Understanding Folk Religion* (Grand Rapids, MI: Baker Academic, 2000).

xã hội. Những hệ thống mà qua đó con người tìm được nguồn trợ giúp của mình sẽ ảnh hưởng đến cách mà cộng đồng của họ ban thưởng (sự vô tội, danh dự, quyền lực) hay hình phạt (mang mặc cảm tội lỗi, sự xấu hổ hay sợ hãi) những thành viên của nó.

Tất cả mọi người bằng cách này hay cách khác phải có được những nhu cầu cơ bản của sự sống – đồ ăn thức uống, sự bảo vệ, thông tin, sức khỏe, công việc,... Ba "người gác cổng" chính đang kiểm soát những nguồn cung ứng cho sự sống đó là (1) thể chế chính thức, (2) cộng đồng của con người, và (3) thực thể tâm linh vô hình. Trừ phi một người có thể tự đấu tranh để sinh tồn, nếu không thì người đó phải có một mối quan hệ tốt với ít nhất một trong số những "người gác cổng" này. Mỗi một hệ thống đều có một quy ước riêng mà mọi người phải tuân theo để có một chỗ đứng tốt đẹp và được hưởng phúc lợi. Chẳng hạn, chúng ta hãy cùng xem xét cách mà con người ở mỗi nền văn hóa tìm đường đi.

Người phương Tây có thể sẽ sử dụng bản đồ trên smartphone của mình để tìm đường. Điều này tùy thuộc vào những thể chế và tổ chức được thiết lập một cách hợp pháp. Trong trường hợp này, chính phủ (quân đội Hoa Kỳ cung cấp thông tin bằng Hệ Thống Định Vị Toàn Cầu) và các tập đoàn (Apple hay Google) cung cấp bản đồ đường đi. Để duy trì việc được tiếp cận với các dịch vụ mà các thể chế ấy cung cấp, mọi người phải tuân theo những quy tắc và luật lệ. Một người phạm tội phá vỡ những luật lệ này sẽ bị loại bỏ khỏi các thể chế đó. Trong nền kinh tế thị trường ở phương Tây, những công ty cung cấp việc làm chính là những cơ quan hết sức quan trọng; để giữ được việc làm trong một công ty, bạn phải tuân theo chính sách nhân sự của công ty đó.

Trong những xã hội mang tính tập thể, con người sở hữu thông tin, chớ không phải những thể chế, cơ quan nào cả. Khi sống ở vùng Trung Á, việc tìm đường đi là một cuộc truy lùng báu vật dựa vào cộng đồng. Người hàng xóm của tôi chỉ hướng dẫn cho tôi một cách khái quát đường đi tới một địa điểm nọ: "Nó ở gần cái xí nghiệp xanh xanh đối diện con sông." Khi đến xí nghiệp có màu sơn xanh, tôi phải hỏi một người khác, rồi người khác nữa, cho đến khi tôi đi đến nơi. Những sự liên kết của các mối quan hệ là rất quan trọng để hưởng được nguồn trợ giúp như thông tin này chẳng hạn, và việc có tiếng tốt sẽ đảm bảo có được những mối quan hệ quan trọng đó. Cộng đồng sẽ không giúp đỡ hay liên hệ với những người đáng xấu hổ. Tách rời khỏi cộng đồng đó, người ta sẽ rất khó có thể có được những nguồn trợ giúp cần thiết cho đời sống.

Những nền văn hóa theo bái vật giáo sẽ tìm hướng đi dựa vào những thực thể tâm linh vô hình. Ai cũng mong muốn con đường *tâm linh* của mình được may mắn, thuận lợi nhất, con đường được đảm bảo bởi sự chỉ dẫn của một thầy bói, bởi việc tụng những câu thần chú ma thuật, hoặc bởi tránh những hướng đi chứa đựng hiểm nguy, xui rủi. Mục đích không phải là tốc độ, mà là sự an toàn. Vì chỉ những thực thể tâm linh này mới biết được làm thế nào người ta có thể đi đến nơi một cách an toàn, nên có mối quan hệ tốt đẹp với thế giới tâm linh là rất cần thiết cho cuộc sống.

Ai là người kiểm soát những gì tôi cần cho cuộc sống: những thể chế chính thức, những cộng đồng người hay những thế lực tâm linh? Mặc cảm tội lỗi, sự xấu hổ, và sợ hãi là những cảm xúc đạo đức mà các nhóm kinh tế-xã hội sử dụng để tổ chức phân phối những nguồn trợ giúp giữa mọi người. Ba phương pháp tìm đường đi ở trên mô tả cách mọi người phải có: *sự vô tội* trước những thể chế bằng cách tuân theo những quy tắc và luật lệ, nếu không họ sẽ bị xem là có tội, *được tôn trọng* trong cộng đồng bằng cách tôn trọng những mong đợi của cộng đồng và bằng cách đóng những vai trò xứng hợp với cộng đồng đó, nếu không họ sẽ bị hổ thẹn, hoặc *có quyền lực* trong thế giới tâm linh bằng cách tuân giữ những nghi thức và những lễ nghi thích hợp, nếu không họ sẽ chẳng làm gì được và thậm chị bị xui rủi, tổn hại.

Phần minh họa bằng vòng tròn này mô tả phương cách để một người (ở tâm vòng tròn) nhận được những nguồn trợ giúp cần thiết (vòng tròn viền), và ba rào cản tiềm tàng của xã hội.

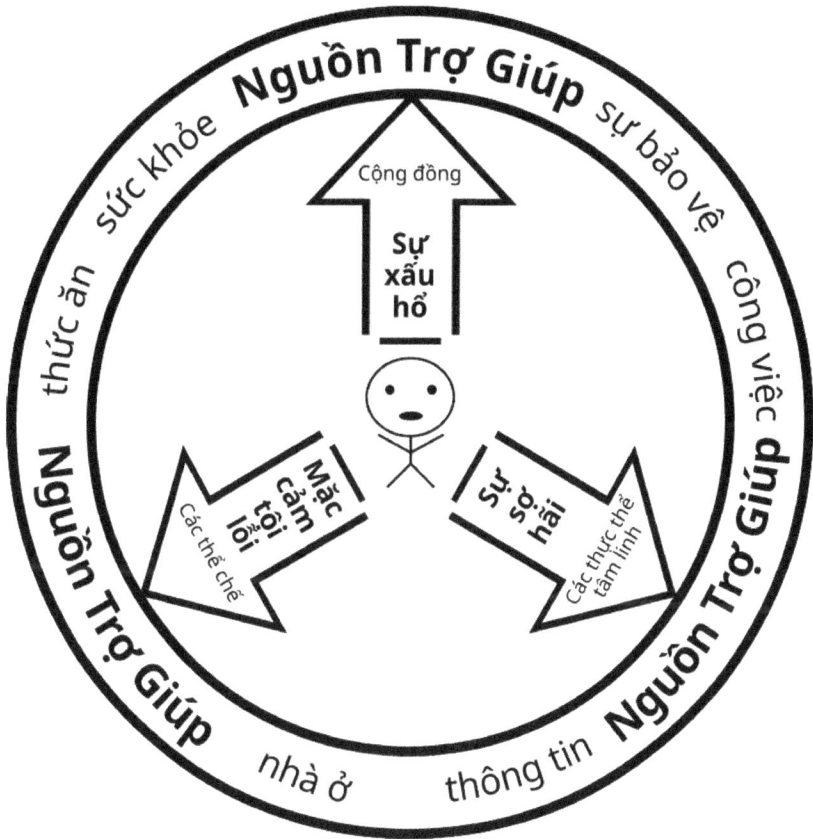

Phương Cách Mỗi Nền Văn Hóa Đáp Ứng Với Những Nhu Cầu của Con Người

Hệ thống kinh tế của một xã hội ảnh hưởng đến việc người vi phạm sẽ cảm thấy mặc cảm tội lỗi, xấu hổ hay sợ hãi. Thực tế này củng cố thêm cho hầu hết những câu hỏi trong phần bài Kiểm tra văn hóa. Phần giải pháp bên dưới cho thấy mỗi loại văn hóa giữ chức năng như thế nào trong những tình huống khác nhau của cuộc sống để đáp ứng những nhu cầu căn bản. Biểu đồ này minh họa những phương cách thực tiễn mà các nền văn hóa thể hiện những giá trị bên trong của chúng. Nếu bạn chưa làm bài kiểm tra này, hãy vào trang web www.TheCultureTest.com để tham gia phần kiểm tra 5 phút miễn phí trước khi đi tiếp.

1. Để xác định đường đi, bạn:	Dùng bản đồ hoặc hệ thống định vị toàn cầu	Hỏi người khác	Cầu khấn xin thần linh hướng dẫn
2. Những kỹ năng nghề nghiệp có được bằng:	Sự giáo dục chính thức	Sự học hỏi và quan sát	Nhận được sự hiểu biết siêu nhiên
3. Người bệnh được chữa trị tốt nhất thông qua:	Đơn thuốc của bác sĩ	Phương thuốc tự nhiên theo truyền thống	Lời khấn nguyện theo nghi lễ và việc dâng tế lễ
4. Người bị xúc phạm:	Tìm kiếm công lý	Báo thù hoặc phải sống xa lánh mọi người	Đưa ra một lời nguyền
5. Vết bớt (khi được sinh ra):	Vô hại	Dấu vết đáng thấy xấu hổ	Một điềm báo hay dấu hiệu
6. Phần giới thiệu về bản thân bao gồm:	Họ và nghề nghiệp	Tên đầy đủ và tước hiệu	Tên khác để che giấu tên khai sinh

7. Người ta đọc sách thiêng liêng, vì nó cung cấp:	Sự hướng dẫn và giáo huấn	Di sản và giá trị bản thân	Sự bảo vệ và phước lành
8. Những hành động xấu ảnh hưởng đến:	Lương tâm bên trong của người vi phạm	Danh tiếng của người vi phạm	Số phận của người vi phạm
9. Người ta phải tránh một đống rác bởi vì nó:	Không vệ sinh và có mùi hôi	Làm ô uế con người	Là nơi những tà linh cư trú
10. Chìa khóa để khởi đầu một công việc tốt là:	Viết một bản kế hoạch công việc cho tốt	Có những mối quan hệ tốt đẹp	Cúng vái thần thánh
11. Mọi người mong ước:	Bình đẳng và công bằng	Địa vị và danh dự	Sự an ninh và an bình
12. Ý niệm về "gia đình" bao gồm:	Cha mẹ, người phối ngẫu và con cái	Tất cả những mối quan hệ mở rộng	Những mối quan hệ mở rộng và tổ tiên đã khuất
13. Cha mẹ thường khuyên răn con cái:	Theo đuổi những mối quan tâm và khát vọng của chính mình	Làm những điều mà cộng đồng mong đợi	Làm vui lòng những thế lực vô hình
14. Con người trong cơn nguy hiểm nhận được sự bảo vệ từ:	Cảnh sát	Bạn bè	Những tập tục linh thiêng, ma thuật
15. Lẽ thật đến từ:	Khoa học và sự thật	Truyền thống và sự đồng lòng	Chủ nghĩa huyền bí và thực dụng
16. Mọi người khi đi đường sẽ:	Chọn con đường ngắn nhất	Thăm viếng gia đình trên đường đi	Tránh những khu vực "tối tăm"
17. Việc không có khả năng sinh sản sẽ được giải quyết bằng cách:	Tìm sự chữa trị bằng y khoa	Tìm người phối ngẫu mới	Đi tìm thầy, bà hoặc đi viếng đền

18. Sau khi hành xử không đúng, người ta sẽ:	Cảm giác ăn năn, hối lỗi	cảm giác tự ti	Lo lắng
19. Đám cưới thường bắt đầu:	Sát thời gian được ghi trong thiệp mời	Khi những nhân vật quan trọng đến	Vào ngày lành tháng tốt
20. Những người trên 70 tuổi về mặt xã hội là:	Gánh nặng	Được tôn trọng	Có quyền lực
21. Những người lãnh đạo duy trì mối liên hệ với:	Những người theo mình	Những người có tầm ảnh hưởng	Những thế lực thuộc linh
22. Thức ăn có thể kiếm được từ:	Siêu thị	Nông trại gia đình hoặc khu chợ địa phương	Thiên nhiên hoang dã
23. Mọi người cần phải hành động tùy theo:	Điều đúng và điều sai	Vai trò và sự mong đợi	Bài, số tử vi, lời thầy bói
24. Với tiền bạc, mọi người:	Gửi tiết kiệm và đầu tư trong ngân hàng	Giúp đỡ người khác và đẩy mạnh các mối quan hệ	Bảo vệ tiền bạc khỏi tổn thất hoặc rủi ro
25. Vị trí khách ngồi tại bữa ăn:	Là một chỗ bất kỳ	Nói lên địa vị và tuổi tác của người đó	Có thể ảnh hưởng đến những gì sẽ xảy ra sau này
26. Tài sản của người chết thì:	Được phân chia tùy theo di chúc của người đó	Được trao lại cho gia đình của người đó	Được chôn cùng với người chết

Những Thực Tại Tương Đương Trên Toàn Cầu

Việc phân chia thành ba loại văn hóa mặc cảm tội lỗi, xấu hổ và sợ hãi giúp chúng ta hiểu rõ hơn về thế giới như một tổng thể.

Ba loại văn hóa này tương ứng với những thực tại toàn cầu khác. Biểu đồ sau đây đưa ra những khía cạnh khác nhau của thế giới hiện đại dựa vào những nền văn hóa chú trọng vào mặc cảm tội lỗi, sự xấu hổ và sợ hãi.

Cấu trúc xã hội	Chủ nghĩa cá nhân	Chủ nghĩa tập thể	Bái vật giáo
Vị trí	Tây Phương (Bắc Mỹ, châu Âu)	Đông Phương (Trung Đông, Bắc Phi, Châu Á)	Phía Nam (Tiểu Sahara châu Phi, các bộ tộc, vùng Ca-ri-bê)
Các nền văn minh (Huntington)	Tây phương, Chính thống giáo	Hồi giáo, Ấn Độ, Trung Hoa, Phật giáo, Nhật Bản	Châu Phi, Châu Mỹ La-tinh?
Kiểu mẫu LMR (R. Lewis)	Hoạt động tuyến tính	Tác động ngược	Hoạt động đa dạng
Tình trạng tôn giáo	Hậu Cơ Đốc giáo	Một phần rất nhỏ theo Cơ Đốc giáo	Cơ Đốc giáo đang tăng trưởng
Tình trạng truyền giáo	Đã được nghe Phúc âm	Chưa được nghe Phúc âm	Chưa được nghe → đã được nghe Phúc âm
% Cơ Đốc nhân 1910	95%	2.7%	16%
% Cơ Đốc nhân 2010	81%	8.5%	62%
Dân số 2010)	1.08 tỉ	4.37 tỉ	1.42 tỉ
Thần học Cơ Đốc	Augustine, Tin lành thuần túy	Chưa phát triển	Ngũ Tuần, Ân tứ

Dĩ nhiên một số khái quát hóa đã bị đơn giản hóa quá mức.[9] Lấy thí dụ, khuynh hướng danh dự và xấu hổ đã hình thành những nền văn hóa ở miền nam Âu châu, châu Mỹ La-tinh và châu Phi. Sử dụng cây cọ lớn thường tạo ra được những nét vẽ dứt khoát, nhưng thiếu sắc nét. Tuy nhiên, việc sắp 7.2 tỉ người trên hành tinh này thành ba thể loại sẽ cho chúng ta thấy được một số đặc tính về chính trị và tôn giáo của thế giới hiện đại.

Mối tương quan giữa dân số và thần học Cơ Đốc là điều đáng lưu ý về phương diện truyền giáo. Cơ Đốc giáo ở phía nam bán cầu đã phát triển nhanh ở thế kỷ thứ hai mươi, cùng với thần học và truyền giáo học của phái ân tứ. Phải chăng sự thể hiện của phái ân tứ chính là *nguyên nhân* của sự phát triển Hội thánh ở châu Mỹ La-tinh và châu Phi? Hay phong trào ân tứ chính là *kết quả* của việc hội thánh bối cảnh hóa Phúc âm vào những bối cảnh sợ hãi-quyền lực của nó?

Có lẽ lý do cho sự hiện diện mang tính giới hạn của Hội thánh ở phương Đông chính là sự thiếu vắng một nền thần học được bối cảnh hóa vào nền văn hóa danh dự và xấu hổ. Hầu hết những nhóm người chưa được nghe về Phúc âm có xu hướng thuộc nền văn hóa xấu hổ-danh dự. Vì lý do đó, một nền thần học cho nền văn hóa xấu hổ-danh dự có thể sẽ là chiến lược truyền giáo cho việc hoàn thành Đại Mạng lệnh môn đồ hóa muôn dân.

---

9. Những số liệu thống kê về dân số và tôn giáo được sưu tập từ dữ liệu trong Todd Johnson and Kenneth Ross, eds., *Atlas of Global Christianity* (Edinburgh University Press, 2009). "Cơ Đốc nhân" đối với Nam Mỹ bao gồm Cơ Đốc nhân Tin Lành thuần túy và Ân Tứ (dù là Công Giáo La Mã hay Tin Lành), vì thế loại trừ những Cơ Đốc nhân hữu danh vô thực. Samuel Huntington, *The Clash of Civilization and Remaking of World Order* (New York: Simon & Schuster, 1997); Richard Lewis, *When Cultures Collide*, 3rd ed. (Boston, MA: Nicholas Brealey Publishing, 2005).

Chương 3

Thần Học

Việc phân chia làm ba loại hình văn hóa tội lỗi-xấu hổ-sợ hãi cũng đóng vai trò như một bộ khung cho việc giải thích Kinh Thánh và bối cảnh hóa thần học. Phần này sẽ phân tích câu chuyện Kinh Thánh và các thể loại thần học từ mỗi quan điểm. Xem xét Phúc âm từ nhiều điểm thuận lợi có thể giúp Cơ Đốc nhân có được sự hiểu biết đầy đủ hơn về Phúc âm. Tuy nhiên, chúng ta phải nhớ rằng Kinh Thánh là một câu chuyện mà trong đó sự tha thứ, danh dự, và quyền lực được đan dệt với nhau.

Câu Chuyện Cứu Rỗi Theo Khía Cạnh Có Tội-Vô Tội

Đức Chúa Trời là Đấng hoàn toàn thánh khiết và công bình. Trong tất cả mọi đường lối của Ngài, Đức Chúa Trời hành động với sự công bình tuyệt đối. Tội lỗi không bao giờ có thể bước vào trong sự hiện diện của Ngài. Cũng chính Đức Chúa Trời này đã tạo nên cả thế gian từ chỗ không không.

Đức Chúa Trời đã dựng nên A-đam cùng Ê-va và đặt họ trong khu vườn Ê-đen. Ngài cho phép họ được tự do ăn trái của bất kỳ loại cây nào, nhưng Ngài ra lệnh cho họ một cách rõ ràng không được phép ăn trái của một cây – cây biết điều thiện và điều ác. Nhưng khi A-đam và Ê-va bất tuân mệnh lệnh của Đức Chúa Trời, họ phải đối diện với những hậu quả - sự chết thuộc thể và sự chết tâm linh. Họ đã bị kỷ luật vì cớ sự vi phạm của mình. Vì cớ việc làm của họ, nên mọi người đều bị sinh ra trong tình trạng tội lỗi, có xu hướng chống nghịch lại Đức Chúa Trời và luật pháp của Ngài. Tội lỗi đã phân cách tất cả mọi người khỏi Đức Chúa Trời thánh khiết. A-đam và Ê-va đã bị đuổi khỏi khu vườn Ê-đen.

Đức Chúa Trời đã ban cho Y-sơ-ra-ên Luật pháp, là điều có hai chức năng. Thứ nhất, Luật pháp bày tỏ cho mọi người thấy tình trạng thiếu sót về mặt đạo đức của họ và nhu cầu cần được cứu rỗi. Người Y-sơ-ra-ên đã không thể làm trọn tất cả những mệnh lệnh của Đức Chúa Trời bằng sức riêng của mình. Những nỗ lực của con người không bao giờ có thể đạt đến tiêu chuẩn thánh khiết thiên thượng. Lịch sử của Y-sơ-ra-ên là một lịch sử của sự bất tuân liên tục và hình phạt theo sau.

Nhưng Luật pháp cũng bao gồm những sự cung ứng cho sự tha thứ tội lỗi. Đức Chúa Trời đã cung ứng cho con người một phương tiện để làm một sinh tế chuộc tội cho những vi phạm của họ. Hệ thống sinh tế của Y-sơ-ra-ên có thể đem đến sự tha thứ qua việc dâng hiến những con vật không tì vết. Khi dân Y-sơ-ra-ên ra khỏi xứ Ai Cập, lễ Vượt Qua chính là sự báo trước về cách huyết phải được đổ ra để giải cứu con người khỏi cơn thịnh nộ của Đức Chúa Trời.

Đức Chúa Giê-xu Christ, Con Đức Chúa Trời, đã trở thành sinh tế toàn hảo để cất đi tội lỗi của nhân loại. Chúa Giê-xu đã sống một cuộc đời toàn hảo vô tội. Vì vậy, Ngài đã có thể gánh lấy tội lỗi của chúng ta. Chúa Giê-xu chính là Chiên Con trọn vẹn của Đức Chúa Trời. Ngài đã bị đâm vì những sự vi phạm của chúng ta và mang lấy những hậu quả của tội lỗi chúng ta. Sự chết của Chúa Giê-xu trên thập tự giá đã tha thứ tội lỗi của chúng ta, và hủy bỏ món nợ tội chống nghịch lại chúng ta. Và rồi Chúa Giê-xu đã sống lại từ cõi chết và đi về trời.

Ngày hôm nay Đức Chúa Trời đang xây dựng Hội thánh của Ngài từ những người biết ăn năn tội lỗi và tin nhận Chúa Giê-xu. Để trở thành môn đồ của Chúa Giê-xu, chúng ta phải nhận biết và xưng ra tội lỗi của mình trước Đức Chúa Trời, khi chúng ta được Đức Thánh Linh cáo trách. Bởi vì Đức Chúa Giê-xu đã làm cho chúng ta được hòa thuận với Đức Chúa Trời, nên chúng ta không cần phải dùng những nỗ lực của chính mình để đạt đến sự toàn hảo về đạo đức. Chúng ta được cứu bởi đức tin như là một món quà ân huệ từ Đức Chúa Trời, chứ không phải bởi công đức của chính chúng ta. Vì chúng ta đã được Chúa tha thứ, nên chúng ta cũng phải tha thứ cho người khác.

Khi Đức Chúa Giê-xu trở lại trần gian này lần thứ hai, Đức Chúa Trời sẽ phán xét tất cả mọi người một cách công bằng và hình phạt tội lỗi. Kẻ ác sẽ bị hình phạt trong hỏa ngục, còn người công bình sẽ được ở với Đức Chúa Trời đời đời trên thiên đàng.

Câu Chuyện Cứu Rỗi Theo Khía Cạnh Xấu Hổ-Danh Dự

Đức Chúa Trời đã hiện hữu suốt cõi đời đời với tất cả sự vinh hiển và tôn trọng. Ngài là vị Vua đáng kính, là người Cha chu cấp cho cả gia đình của Ngài. Ngài thánh sạch, trung thành và vinh hiển – là bản chất và nguồn cội của tất cả mọi sự tôn trọng chân thật.

Để tôn cao sự vinh hiển của Ngài, Đức Chúa Trời đã tạo nên thế giới và làm cho sự sống hiện hữu. Từ bụi đất, Đức Chúa Trời đã dựng nên A-đam và Ê-va, đội cho họ sự vinh hiển và tôn trọng.

Họ được ban cho quyền để cai trị trên cõi sáng tạo trong vai trò những cộng sự yêu quý của Đức Chúa Trời. Là con cái Đức Chúa Trời, họ sống dưới danh Ngài. A-đam và Ê-va vui hưởng một đặc tính đáng tôn trọng từ Đức Chúa Trời. Cả hai đều trần truồng mà chẳng hề hổ thẹn.

Thế nhưng A-đam và Ê-va đã không trung thành với Đức Chúa Trời. Họ đã đánh mất sự tôn trọng thiên thượng để theo đuổi một danh dự tự tạo. Sự bất trung của họ đối với Đức Chúa Trời đã tạo nên sự xấu hổ, vì thế họ đã lẩn trốn và che đậy chính mình. Hơn nữa, tội lỗi của họ đã làm ô danh Đức Chúa Trời. Đức Chúa Trời đã bị mất mặt. Bởi vì A-đam và Ê-va đã đem sự xấu hổ đến cho mọi người, nên để giữ lòng tự trọng của Ngài, Đức Chúa Trời đã đuổi họ ra khỏi sự hiện diện của Ngài.

Là dòng dõi của A-đam, chúng ta thừa hưởng sự xấu hổ nguyên thủy đó của họ. Lòng ô uế và bất trung của chúng ta lại càng làm tăng thêm sự xấu hổ. Sự xấu hổ này định hình nên nhân dạng và hành vi của chúng ta. Tội lỗi (tức là sự lạm dụng, giận dữ, nói xấu, khoe khoang, kỳ thị, bạo lực, chiến tranh, vân vân.) phần lớn là nỗ lực sai lầm nhằm che đậy sự xấu hổ và tái tạo sự tôn trọng. Chúng ta xây dựng nên một địa vị giả tạo, thường bằng cách làm sỉ nhục người khác hoặc khoe khoang về ưu thế của tập thể mình. Một khi đã mất thể diện, gia đình, danh tiếng và địa vị thuộc linh, đời sống chúng ta là một nỗ lực không ngừng để xây dựng một danh dự giả tạo. Như câu chuyện tháp Ba-bên đã minh họa, con người tìm cách để tôn cao chính mình và để tạo một danh tiếng cho riêng họ. Sự xấu hổ của chúng ta đã gây nên những hành vi đáng hổ thẹn và làm ô danh Đức Chúa Trời.

Vì thế Đức Chúa Trời đã xây dựng một kế hoạch để phục hồi danh dự cho con người. Ngài ký kết giao ước để tôn trọng Áp-ra-ham qua việc ban cho ông một danh lớn, đất đai, phước lành, dân tộc và nhiều con cái. Là một dân lớn, gia tộc của Áp-ra-ham sẽ trở thành công cụ của Đức Chúa Trời để ban phước – hay sự tôn trọng – cho tất cả các quốc gia. Khi con cháu của Áp-ra-ham phải chịu khốn khổ trong cảnh nô lệ tại Ai Cập, Đức Chúa Trời đã giải cứu họ ra khỏi ách nô lệ sỉ nhục đó. Y-sơ-ra-ên đã trở thành dân tộc được yêu quý nhất, là con ngươi của mắt Đức Chúa Trời và là báu vật của lòng Ngài.

Đức Chúa Trời đã thiết lập một giao ước đặc biệt để tôn trọng Y-sơ-ra-ên, nếu như họ tôn trọng Đức Chúa Trời bằng cách trung thành và vâng giữ Luật pháp của Ngài. Những điều lệ của Luật pháp đã tẩy sạch sự ô uế của người Y-sơ-ra-ên và cho phép họ được phục hồi vào trong cộng đồng. Mặc dù Đức Chúa Trời có ý định dùng giao ước này để đem lại sự tôn trọng, nhưng sự bất trung thường xuyên của Y-sơ-ra-ên đã làm ô danh Đức Chúa Trời giữa vòng các dân tộc. Khi đi theo các thần khác, Y-sơ-ra-ên đã làm mất thể diện của Đức Chúa Trời và trở nên như một người vợ bất trung. Sự tuyển chọn Y-sơ-ra-ên đã dẫn đến chủ nghĩa vị chủng. Họ cho rằng dân ngoại (không phải là người Y-sơ-ra-ên) là thấp kém hơn và không xứng đáng được ở trong gia đình của Đức Chúa Trời. Giống như A-đam, Y-sơ-ra-ên đã được chọn để được tôn trọng, nhưng đã kết thúc trong sự lưu đày đầy sỉ nhục. Mặc dù câu chuyện Y-sơ-ra-ên kết thúc trong sự sỉ nhục quốc gia, nhưng những lời hứa và những tấm gương về sự tôn cao danh Chúa (chẳng hạn, Ru-tơ, Đa-vít, Đa-ni-ên và Ê-xơ-tê) đã báo trước một sự can thiệp thiên thượng lớn hơn để giải cứu gia đình nhân loại khỏi sự xấu hổ và phục hồi danh dự cho nó.

Dù đã được vinh hiển và tôn trọng trên thiên đàng với tư cách là Con Đức Chúa Trời, nhưng Đức Chúa Giê-xu đã bằng lòng trở nên một con người thấp hèn để giải cứu loài người khỏi sự sỉ nhục. Những sự chữa lành bằng phép lạ và sự thông công bên bàn ăn đã phục hồi phẩm giá và sự tôn trọng cho những người ở bên lề xã hội. Chúa Giê-xu được tôn trọng đến nỗi những người chạm đến Ngài đã trở nên tinh sạch và được chấp nhận. Lời dạy dỗ của Ngài công bố bộ luật chân thật đời đời về sự tôn trọng. Qua việc yêu thương và chấp nhận tất cả mọi người bất chấp địa vị của họ, Chúa Giê-xu đã loại bỏ bộ luật danh dự giả tạo của xã hội, và ban sự tôn trọng thiên thượng cho con người. Cuộc đời của Chúa Giê-xu đã thật sự thể hiện sự tôn kính đối với Đức Chúa Trời.

Nhưng chức vụ của Chúa Giê-xu đã đe dọa danh dự của những nhà lãnh đạo ở trần gian. Vì thế, họ đã phản ứng bằng cách công khai sỉ nhục Ngài. Chúa Giê-xu đã bị bắt, bị lột trần, chế nhạo, đánh đòn, bị tát trên mặt, bị đóng đinh và bị treo trên thập tự giá trước mặt mọi người. Ngài đã trung thành chịu sự sỉ nhục và bẻ gãy quyền năng của nó. Thập tự giá đã phục hồi danh dự của Đức Chúa Trời và loại bỏ sự sỉ nhục của chúng ta. Danh dự đã được phục hồi.

Đức Chúa Trời đã công khai chấp thuận sự chết đầy sỉ nhục của Chúa Giê-xu bằng cách làm cho Ngài sống lại cách vinh hiển. Hiện nay Chúa Giê-xu đang ngồi bên phải đầy tôn trọng của Đức Chúa Trời với sự cao trọng hơn mọi danh. Trong khi A-đam và Y-sơ-ra-ên thất bại, thì Chúa Giê-xu đã thành công trong hình thể của con người thật; cuộc đời của Ngài đã làm vinh danh Đức Chúa Trời và toàn thể nhân loại.

Những ai trung thành với Chúa Giê-xu sẽ nhận được một địa vị mới. Sự xấu hổ của họ được che lại và danh dự của họ được phục hồi. Chúng ta cần phải từ bỏ những thủ đoạn nhằm thao túng xã hội, xây dựng địa vị, và bảo vệ danh dự; thay vào đó hãy tin cậy Chúa Giê-xu để nhận được địa vị mới. Tư cách thành viên trong gia đình Đức Chúa Trời không dựa vào tính sắc tộc, danh tiếng hay sự thuần khiết về mặt tôn giáo, nhưng dựa vào lòng trung thành với Đấng Mết-si-a đã bị đóng đinh. Đức Chúa Trời đã biến đổi chúng ta từ địa vị của những người ô uế, không xứng đáng và thấp kém trong xã hội, đến địa vị của con cái thanh sạch, xứng đáng và đầy tôn trọng. Những ai đi theo Đấng Christ đến thập tự giá của sự sỉ nhục cũng sẽ theo Ngài đến sự phục sinh vinh hiển.

Việc được tiếp nhận vào gia đình của Đức Chúa Trời cho phép mọi người hoan nghênh và chấp nhận những cộng đồng, những nhóm người khác. Cơ Đốc nhân có thể tôn trọng người khác và làm vinh hiển Đức Chúa Trời vì họ sở hữu sự cao trọng đời đời của Đức Chúa Trời và Đức Thánh Linh quyền năng. Khi Chúa Giê-xu tái lâm, những người vô tín sẽ bị tước hết những sự tôn trọng thuộc về thế gian và phải chịu sự xấu hổ đời đời; nhưng những Cơ Đốc nhân sẽ nhận được mão miện của sự cao trọng đời đời vì sự vinh hiển của Đức Chúa Trời đầy dẫy toàn cõi sáng tạo.[1]

Những Câu Kinh Thánh Quan Trọng về Sự Xấu Hổ-Danh Dự

A-đam và vợ, cả hai đều trần truồng, mà chẳng hổ thẹn nhưng không thấy ngượng ngùng. (Sáng 2:25)

Vì mọi người đều đã phạm tội, thiếu mất vinh quang của Đức Chúa Trời. (Rô 3:23)

---

1. Để hiểu thêm, xin xem: Jason Borges, "'Dignified': An Exegetical Soteriology of Divine Honour," *Scottish Journal of Theology* 66:1 (2013): 74-87; Jayson Georges, "From Shame to Honor: A Theological Reading of Romans for Honor-Shame Contexts," *Missiology* 38:3 (2010): 295-307; Edward T. Welch, *Shame Interrupted: How God lifts the Pain of Worthlessness and Rejection* (Greensboro, NC: New Growth Press, 2012); Werner Mischke, *The Global Gospel* (Scottsdale, AR: Mission ONE, 2015). Để xem những đoạn phim đầy đủ trình bày câu chuyện Kinh Thánh bằng ngôn ngữ mang tính chất xấu hổ-danh dự, hãy xem "How Does God Seek Face?" của Jackson Wu và "Back to God's Viilage" của HonorShame.com, cả hai đều có trên *YouTube.com*.

Đừng sợ, vì ngươi sẽ chẳng bị hổ thẹn. Đừng nản, vì ngươi không còn xấu hổ nữa. Ngươi sẽ quên điều sỉ nhục lúc còn trẻ, và không còn nhớ sự nhục nhã trong cảnh góa bụa. (Ê-sai 54:4)

Sự cứu rỗi và vinh quang của ta ở nơi Đức Chúa Trời. (Thi 62:7)

Đức Giê-hô-va làm cho nghèo nàn, và làm cho giàu có; Ngài hạ người xuống thấp, cũng đưa người lên cao, đem kẻ khốn cùng ra khỏi bụi đất, và nhấc người nghèo khổ lên từ đống tro tàn, đặt họ ngồi cạnh người quyền quý, và cho họ thừa hưởng chỗ cao sang; (1 Sa 2:7)

Người đã bị người ta khinh rẻ và chối bỏ, từng trải sự đau khổ, biết sự đau ốm, bị khinh như kẻ mà người ta che mặt chẳng thèm xem; chúng ta cũng chẳng coi Người ra gì. (Ê-sai 53:3)

Hãy nhìn xem Đức Chúa Jêsus, Đấng khởi nguyên và hoàn tất của đức tin, là Đấng vì niềm vui đặt trước mặt mình, vui chịu thập tự giá, khinh điều sỉ nhục, và hiện đang ngồi bên phải ngai Đức Chúa Trời. (Hê 12:2)

Ngài đã hiện ra như một người, tự hạ mình xuống, vâng phục cho đến chết, thậm chí chết trên cây thập tự. Chính vì thế mà Đức Chúa Trời đã tôn Ngài lên rất cao, và ban cho Ngài danh trên hết mọi danh. (Phi 2:8-9)

Kinh thánh nói: Người nào tin Ngài sẽ không bị hổ thẹn. (Rô 10:11)

Con đã ban cho họ vinh quang mà Cha đã ban cho Con, để họ trở nên một như chúng ta là một. (Giăng 17:22)

Ai tin đá ấy sẽ không bị hổ thẹn. Vậy, với anh em là người đã tin, thì Ngài là quý giá...Nhưng anh em là dòng giống được tuyển chọn, là chức thầy tế lễ hoàng gia, là dân tộc thánh, là dân thuộc riêng về Đức Chúa Trời... Trước kia, anh em không phải là một dân, nhưng bây giờ là dân Đức Chúa Trời. (1 Phi 2:6-10)

Những câu chuyện về danh dự: A-đam (Sáng 2), Ru-tơ và Na-ô-mi (Ru-tơ), Y-sơ-ra-ên (E-xơ-ra 16), An-ne (1 Sa 2), Đa-vít (2 Sa 7), Gióp, Mê-phi-bô-sết (2 Sa 9), Ê-xơ-tê, những người bị ruồng bỏ (Lu 14), người con trai hoang đàng (Lu 15), và Chúa Giê-xu (Phi 2:5-11).

Câu Chuyện Cứu Rỗi theo Khía Cạnh Sợ Hãi-Quyền Lực

Ban đầu Đức Chúa Trời đã tạo nên thế giới bằng lời quyền năng của Ngài. Ngài tể trị trên tất cả cõi sáng tạo, trời và đất. Bằng tình yêu thương, Đức Chúa Trời đã cai trị với thẩm quyền và sức mạnh tuyệt đối, và cõi thọ tạo đã ca ngợi sức mạnh toàn năng của Ngài.

Sau khi đã dựng nên thế giới làm vương quốc của Ngài, Đức Chúa Trời đã chỉ định A-đam cai quản toàn cõi sáng tạo. A-đam là người đồng cai trị với Đức Chúa Trời, là thái tử của cõi sáng tạo. Ông được ban cho quyền cai trị cõi sáng tạo của Đức Chúa Trời, thể hiện qua việc ông được ban cho quyền đặt tên các loài thú vật. Là vị Vua Tối Cao, Đức Chúa Trời đã định để loài người cai quản thế giới của Ngài.

Vào một thời điểm nào đó, một đội quân các thiên sứ trên trời đã nổi loạn chống nghịch lại sự cai trị của Đức Chúa Trời. Sa-tan, kẻ đối địch, đã dẫn đầu cuộc nổi loạn. Con quỷ này đã lập mưu để mở rộng quyền cai trị bất chính của mình trên đất bằng cách đặt loài người ở dưới sự cai trị của mình. Con rắn quỷ quyệt đã dụ dỗ A-đam và Ê-va đi ra khỏi vương quốc của Đức Chúa Trời để bước vào sự cai trị của nó. Những thế lực nổi loạn này đã chinh phục được con người. Gia đình A-đam đã đánh mất địa vị quyền thế của mình trong thế gian.

Hiện nay, *trên thực tế*, Sa-tan là kẻ cầm quyền. Nó đã trở thành vị thái tử mới; và chúng ta được sinh ra trong vương quốc của nó. Mắt của loài người đã bị mù và lòng họ đã bị Sa-tan nắm giữ. Tội lỗi, căn bệnh thuộc linh, và sự tôn thờ thần tượng đã khiến con người phải làm nô lệ cho những quyền lực của sự tối tăm.

Để giành lại quyền cai trị tối thượng trên vương quốc của Ngài, Đức Chúa Trời đã chọn Y-sơ-ra-ên làm công cụ đặc biệt của Ngài trong trận chiến tâm linh này. Qua mối quan hệ giao ước với Y-sơ-ra-ên, Đức Chúa Trời có thể mở rộng vương quốc của Ngài đến tất cả các quốc gia. Khi Y-sơ-ra-ên bị áp bức ở Ai Cập, Đức Chúa Trời đã đối đầu với các thần của Ai Cập để giải phóng họ ra khỏi sự hà hiếp của Pha-ra-ôn. Cuộc xuất hành của người Y-sơ-ra-ên đã bày tỏ quyền năng của Đức Chúa Trời cho tất cả mọi người.

Đức Chúa Trời là một Chiến binh Mạnh mẽ, và quyền năng thiên thượng của Ngài trên điều ác được thể hiện bằng sự chinh phục ở trần gian. Khi Y-sơ-ra-ên nương cậy Đức Chúa Trời, Ngài đã ban sự chiến thắng bất chấp sự yếu kém về mặt quân sự của họ. Thế nhưng họ lại thường tìm kiếm quyền lực ở những chỗ sai lầm. Y-sơ-ra-ên đã không thể chống lại được sự cám dỗ của những thần giả dối và những tập tục thờ cúng ngoại bang. Thay vì nhờ cậy Đức Chúa Trời, họ đã liên kết với những thần tại Ca-na-an và những lãnh đạo của các nước lớn hơn hầu có thể được bảo vệ và nhận được những sự chi viện. Các nhà tiên tri đã công bố và bày tỏ quyền năng siêu việt của Đức Chúa Trời trên các thần Ca-na-an, thế nhưng Y-sơ-ra-ên vẫn không thể thoát khỏi ảnh hưởng của Sa-tan.

Quyền năng giải phóng của Đức Chúa Trời đã được thể hiện qua thân vị của Chúa Giê-xu. Ngài đã khởi đầu vương quốc của Đức Chúa Trời mà mọi người vẫn hằng mong đợi. Được mặc lấy năng quyền của Thánh Linh Đức Chúa Trời, Đức Chúa Giê-xu đã chống lại lời đề nghị của Sa-tan về việc đồng cai trị, và đã trung thành với sứ mạng của Đức Chúa Trời trong việc hủy phá vương quốc của Sa-tan. Với một quy mô chưa từng có, Chúa Giê-xu đã giải cứu con người ra khỏi sự cai trị của Sa-tan. Bằng việc chữa lành những người đau ốm, khiến kẻ chết sống lại, và đuổi quỷ dữ ra khỏi những người bị quỷ ám, Đức Chúa Giê-xu đã tước bỏ khí giới của Bê-ên-xê-bun để giành lại vương quốc của Ngài và giải phóng những kẻ đang bị cầm tù. Vì có Đức Chúa Trời ở cùng nên Đức Chúa Giê-xu đã có thể giải cứu tất cả mọi người đang ở dưới quyền của Sa-tan.

Những thế lực này nghĩ rằng việc giết Con Đức Chúa Trời có thể củng cố quyền lực của mình trong thế gian. Thế nhưng kế hoạch của chúng đã phản tác dụng. Sự chết của Chúa Giê-xu là một đòn chí mạng vào các thế lực gian ác này. Thập tự giá đã tước bỏ vũ khí và chiến thắng những thế lực này một cách khải hoàn. Và rồi trong sự thể hiện tột đỉnh quyền năng thiên thượng của Ngài, Đức Chúa Trời đã khiến Đức Chúa Giê-xu sống lại. Đức Chúa Giê-xu đã sống lại từ cõi chết để nhận lấy địa vị của quyền năng và sự cai trị vượt xa hơn tất cả mọi sự cai trị trên đất.

Bây giờ mọi người phải từ bỏ quyền lực của sự tối tăm và phục tùng Chúa Giê-xu như là Cứu Chúa của mình. Những người đặt niềm tin nơi Đức Chúa Giê-xu sẽ được chuyển từ vương quốc của sự tối tăm đến vương quốc của sự sáng. Đức Chúa Trời đã khiến Đấng Christ sống lại và cho chúng ta được ngồi với Ngài trong các nơi ở trên trời, vì vậy chúng ta cũng có sức mạnh vượt xa hơn tất cả mọi thẩm quyền ở trên đất. Ân điển của Đức Chúa Trời đã phục hồi địa vị thẩm quyền của chúng ta trong thế gian. Chúng ta là những người đồng kế tự với Đấng Christ.

Vì thường xuyên tâm giao với Đức Thánh Linh, giờ đây chúng ta có thể đứng vững để chống lại Sa-tan. Mặc dù Sa-tan vẫn tiếp tục rình mò chúng ta như sư tử đói mồi, nhưng Đức Chúa Giê-xu sẽ bảo vệ chúng ta khỏi sự tấn công của nó khi chúng ta khẳng định địa vị và thẩm quyền của mình trong Con yêu dấu của Đức Chúa Trời. Đức Chúa Trời ban cho chúng ta mọi thứ phước thiêng liêng ở các nơi trên trời, và làm cho những trò ma thuật, những bùa chú, bói toán ngoại bang trở thành sự phù phiếm tâm linh. Khi Cơ Đốc nhân bước theo Thánh Linh của Đức Chúa Trời bằng đức tin và tình yêu thương, chúng ta sẽ chiến thắng kẻ thù và tước bỏ quyền lực của tội lỗi. Trận chiến này sẽ đến hồi kết khi Đức Chúa Trời trói buộc các thế lực của Sa-tan và ngồi trên ngôi của Ngài để cùng với con dân Ngài cai trị thế gian cho đến đời đời.[2]

Những Câu Kinh Thánh Quan Trọng Về Sự Sợ Hãi-Quyền Lực

Lạy Giê-hô-va Đức Chúa Trời, Ngài đã bắt đầu cho tôi tớ Ngài thấy sự oai nghiêm và cánh tay quyền năng của Ngài. Vì có thần nào trên trời dưới đất có thể làm được những công việc và hành động quyền năng giống như Ngài không? (Phục 3:24)

---

2. Để hiểu thêm, xin xem: Tom Julien, *The Three Princes: Lifting the Veil on the Unseen World* (Winona Lake, IN: BMH, 2011); Tremper Longman III, "The Divine Warrior: The NT Use of an OT Motif," *Westminster Theological Journal* 44 (1982): 290-307.

Thần của đời nầy làm mù loà tâm trí của những người vô tín, để họ không thấy ánh sáng Tin Lành vinh quang của Đấng Christ là hình ảnh của Đức Chúa Trời. (2 Cô 4:4)

Ai phạm tội thì thuộc về ma quỷ; vì ma quỷ đã phạm tội từ lúc ban đầu. Sở dĩ Con Đức Chúa Trời đã hiện ra là để hủy phá công việc của ma quỷ. (1 Giăng 3:8)

Còn nếu Ta nhờ Thánh Linh của Đức Chúa Trời mà đuổi quỷ, thì vương quốc Đức Chúa Trời đã đến với các người rồi. (Mat 12:28)

Ngài đã phế bỏ các quyền thống trị, các thế lực, dùng thập tự giá chiến thắng chúng, và bêu chúng ra giữa thiên hạ. (Côl 2:15)

Vì con cái thì cùng chung huyết nhục, nên chính Đức Chúa Giê-xu cũng mang lấy huyết nhục giống như họ, để qua sự chết, Ngài tiêu diệt kẻ cầm quyền sự chết là ma quỷ, và giải phóng mọi người vì sợ chết mà sống trong nô lệ suốt đời. (Hê 2:14-15)

Ngài đã giải thoát chúng ta khỏi quyền lực của bóng tối, và đem chúng ta vào vương quốc của Con yêu dấu Ngài. (Côl 1:13)

Và đâu là quyền năng vĩ đại không dò lường được của Ngài, đối với chúng ta là những người tin, theo sự tác động của quyền năng siêu việt của Ngài. Đó là quyền năng Ngài đã thực hiện trong Đấng Christ khi khiến Đấng Christ từ cõi chết sống lại, và đặt ngồi bên phải Ngài trong các nơi trên trời, vượt trên tất cả mọi quyền thống trị, mọi thẩm quyền, mọi thế lực, mọi chủ quyền, và mọi danh hiệu, không chỉ trong đời nầy mà cả đời sắp đến nữa. (Ê-phê-sô 1:19-21, xem thêm 6:10-18)

Vì chúng ta chiến đấu, không phải chống lại thịt và máu, nhưng chống lại các quyền thống trị, các thế lực, các kẻ nắm quyền bá chủ thế giới mờ tối nầy, và các thần dữ ở các nơi trên trời. (Ê-phê-sô 6:12)

Đức Chúa Trời bình an sẽ sớm giày đạp Sa-tan dưới chân anh em. Cầu xin ân điển của Chúa chúng ta là Đức Chúa Giê-xu ở với anh em! (Rô 16:20)

Những câu chuyện về quyền Lực: Xuất Ê-díp-tô Ký (Xuất 15), Ê-li (1 Vua 18), Chúa Giê-xu bị cám dỗ (Lu-ca 4), người Giê-sa-rê (Mác 5), Ê-phê-sô (Công Vụ 19), Chiến Binh (Khải 19).

Vườn Ê-đen và Tội Lỗi

Sự hiện diện của mặc cảm tội lỗi, sự xấu hổ và sợ hãi trong các nền văn hóa của thế giới hầu như không làm chúng ta ngạc nhiên. Tất cả đều là hậu quả của tội lỗi đầu tiên trong Sáng Thế Ký 3. Để hiểu được câu chuyện cứu rỗi theo ba phương diện của Đức Chúa Trời, chúng ta phải nhận biết tính đa chiều của tội lỗi trong nhân loại.

Ngay sau sự sa ngã, mắt của A-đam và Ê-va liền được mở ra. Họ đã nhận biết điều thiện và điều ác, điều đúng và điều sai. Sự hiểu biết mới này đã đánh thức cảm nhận mình có tội vì đã vi phạm mệnh lệnh của Đức Chúa Trời. Đức Chúa Trời đã chỉ thị họ không được ăn trái của cây ở giữa vườn, nhưng họ đã phá vỡ luật lệ duy nhất trong vườn Ê-đen này. Vì vậy, họ đã đánh mất sự trong trắng ban đầu và đã cảm nhận mình có tội. Đúng sai giờ đây đã được tiếp thu vào trong lương tâm của họ, và họ đã có mặc cảm tội lỗi. Tội lỗi của A-đam và Ê-va đã ảnh hưởng đến toàn thể nhân loại xuyên suốt dòng lịch sử; con người tội lỗi bị phân rẽ khỏi Đức

Chúa Trời đã không còn khả năng tuân theo những mệnh lệnh của Ngài. Mặc dù tất cả chúng ta đều đã phạm tội, nhưng Đức Chúa Trời đã cung cấp một phương cách để ban sự tha thứ cho con dân của Ngài.

Sự bất tuân của A-đam và Ê-va cũng đem lại nỗi xấu hổ cho cả thế gian. Sau khi bất tuân mệnh lệnh của Đấng dựng nên mình, A-đam và Ê-va hái lá cây vả để che thân. Họ không muốn bị ai nhìn thấy. Họ đã cảm nhận sự không xứng đáng và bối rối. Trước khi phạm tội, A-đam và Ê-va "cả hai đều trần truồng mà không ngượng ngùng" (Sáng 2:25), nhưng bây giờ họ đang trần truồng và hổ thẹn. Khi Đức Chúa Trời đi ngang qua khu vườn, lần đầu tiên họ biết lẩn trốn. Họ đã cảm nhận một điều gì đó sai trật, không chỉ với hành động của mình, mà còn với chính mình. Sự xấu hổ mà A-đam và Ê-va cảm nhận không chỉ là một cảm xúc riêng tư, mà còn là một thực tế khách quan. Họ đã đánh mất danh dự và địa vị trước toàn cõi tạo vật, vì bây giờ họ đã có mối liên hệ với đau khổ, yếu đuối và ô uế. Khi chết đi, con người trở về với bụi đất. Vì là những đứa con bất trung đã làm sỉ nhục Đức Chúa Trời, họ cũng đánh mất danh dự của chính mình. Cuối cùng, A-đam và Ê-va đã bị đuổi ra khỏi cộng đồng của Đức Chúa Trời. Gia đình loài người đã làm mất danh dự của họ. Con cái của họ cũng thừa hưởng sự xấu hổ đó. Chúng ta đã cảm nhận được sự sỉ nhục kinh khiếp của việc không được chấp nhận trước mặt Đức Chúa Trời. Nhưng bởi sự thương xót của Ngài, trước tình trạng trần truồng của A-đam và Ê-va, Đức Chúa Trời đã cung cấp da thú để che đậy sự xấu hổ của họ. Trong suốt Kinh Thánh, Đức Chúa Trời đã lấy sự tôn trọng thay thế cho khước từ và hổ thẹn của con người.

A-đam và Ê-va cũng đã cảm nhận sự sợ hãi sau khi sa ngã. Khi A-đam nghe tiếng của Đức Chúa Trời trong vườn, ông đã sợ hãi. Không thể chống lại quyền lực cám dỗ của Sa-tan, họ đã nhận ra rằng mình hoàn toàn yếu đuối và bất lực. Họ đã không thể đương đầu trước cám dỗ. Sa-tan bây giờ đã nắm quyền kiểm soát trên cuộc đời họ. Trước kia đã từng cai trị như những thái tử trên toàn cõi sáng tạo của Đức Chúa Trời, thì giờ đây A-đam và Ê-va phải khai thác cõi sáng tạo như những tôi tớ bị khuất phục. Họ đã trở thành những nô lệ thường xuyên sống trong sợ hãi trước người chủ mới của mình. Chúng ta hoàn toàn bất lực và không thể bảo vệ mình cho đến khi Đấng Cứu Thế đến và giải cứu chúng ta.

Vi phạm đầu tiên của A-đam và Ê-va đã đem đến mặc cảm tội lỗi, sự xấu hổ và sợ hãi trước thế gian. Nhưng Đức Chúa Trời đã phục hồi sự trong trắng, tôn trọng và quyền lực cho những ai tin cậy Ngài thông qua sự sống và sự chết đền tội của Đức Chúa Giê-xu Christ. "Sự hiểu biết theo đúng Kinh Thánh hơn về bản tính của con người bên ngoài Đấng Christ, là hiểu biết được định hình bởi mặc cảm tội lỗi, sợ hãi *và* xấu hổ, sẽ thúc đẩy sự hiểu biết sâu sắc và toàn diện về công việc của Đấng Christ trên thập tự giá."[3]

Sự Chuộc Tội và Sự Chết của Chúa Giê-xu

Sự chuộc tội diễn giải phương cách thập tự giá khiến cho sự cứu rỗi trở thành hiện thực. Điều gì đã xảy ra ở trên trời khi Đức Chúa Giê-xu chết? Trong lịch sử, Cơ Đốc nhân đã giải thích ý nghĩa về phương diện cứu rỗi của sự chết Chúa Giê-xu bằng nhiều thuyết chuộc tội khác nhau. Chúng ta sẽ mô tả ba thuyết để xem những Cơ Đốc nhân trước đây đã nỗ lực để bối cảnh hóa sự dạy dỗ

---

3. Timothy Tennent, *Theology in the Context of World Christianity: How the Global Church Is Influencing the Way We Think about and Discuss Theology* (Grand Rapids, MI: Zondervan, 2007), 92.

và hình ảnh của Kinh Thánh về sự chuộc tội cho những người tìm kiếm quyền lực, sự tôn trọng và sự vô tội như thế nào.[4]

Thuyết Trả Tiền Chuộc (Sợ Hãi)

Loài người đang làm nô lệ cho một ông chủ không xứng đáng và vì thế phải được giải cứu ra khỏi ách nô lệ của ông ta. Theo các giáo phụ ban đầu, Đức Chúa Trời không thể chỉ đơn giản là cướp chúng ta lại, vì như thế tức là dùng đến phương kế xảo trá của kẻ thù. Để Sa-tan có thể từ bỏ thẩm quyền của nó trên con người thì một giao dịch, đổi chác phải xảy ra. Cái giá cho sự giao dịch ấy là Đức Chúa Giê-xu, Đấng đã ban sự sống Ngài làm món tiền chuộc cho con người (Mác 10:45). Sa-tan cắn câu, cảm nhận chiến thắng và quyền sở hữu trên Con Đức Chúa Trời như là sự danh giá tột cùng cho sự nghiệp của mình. Nhưng Sa-tan đã không thể thực thi thẩm quyền trên Đấng Christ như đã dự định. Chúa Giê-xu không chịu lụy sự chết, vì thế Ngài đã thoát được sự điều khiển của Sa-tan.

Mặc dù các giáo phụ đã mô tả chi tiết về sự giao dịch này bằng nhiều cách khác nhau, nhưng cách giải thích giống nhau về thập tự giá của họ đó là Đức Chúa Trời chiến thắng các thế lực xấu xa và giải phóng nhân loại. Những nhà thần học hiện đại nói về sự chuộc tội như là "Chiến Thắng của Đấng Christ" để nhấn mạnh sự đắc thắng của Đấng Christ trên các thế lực gian ác. Nhờ sự chết của Đấng Christ, Đức Chúa Trời đã giải cứu chúng ta khỏi sự sợ hãi và ban cho chúng ta năng quyền thuộc linh. Thuyết trả tiền chuộc này đã là thuyết chủ đạo trong suốt một ngàn năm đầu của Hội thánh.

---

4. Để hiểu thêm, xin xem: Joel Green and Mark Baker, *Recovering The Scandal of the Cross: Atonement in the NT and Contemporary Contexts*, 2nd ed. (Downers Grove, IL: InterVarsity Press, 2011); J. I. Packer, *The Logic of Penal Substitution*, (Fig, 2012).

Thỏa Mãn hay Bồi Hoàn (Xấu Hổ)

Tất cả mọi người đều phải tôn kính Đức Chúa Trời bằng cách yêu mến và vâng lời Ngài. Chúng ta có trách nhiệm phải trả Ngài một món nợ về danh dự. Anselm ở Canterbury (sinh 1033) đã lập luận rằng những người không thể tôn trọng Đức Chúa Trời một cách đầy đủ tức là đã lấy đi sự tôn trọng đáng thuộc về mình Ngài. Vì người phạm tội đã sỉ nhục Đức Chúa Trời, nên Ngài phải được bồi hoàn cho sự mất danh dự ấy. Loài người không thể trả món nợ danh dự này. Chúa Giê-xu, Đấng hoàn toàn yêu mến, vâng phục và tôn trọng Đức Chúa Cha, là người đại diện trả thay cho con người. Ngài thỏa mãn danh dự bị con người bài xích của Đức Chúa Trời, và loại bỏ nhu cầu đòi hỏi sự hình phạt. Sự chết của Chúa Giê-xu, về bản chất, lấy lại danh dự của Đức Chúa Trời.[5] Thập tự giá củng cố hơn nữa tính cách đáng tôn trọng của Đức Chúa Trời bằng việc xác nhận những lời hứa cứu rỗi toàn cầu của Ngài đối với Áp-ra-ham, kẻo e Ngài bị xem là không uy tín hoặc bất năng chăng (Rô 15:8). Quyển sách *Cur Deus Homo* của Amselm, quan điểm chính của lý thuyết bồi hoàn, phản ánh những quan niệm phong kiến của thế kỷ thứ mười một về danh dự và việc bồi hoàn cho việc mất danh dự. Về mặt này, lý thuyết về sự bồi hoàn đã và đang được bối cảnh hóa cao độ cho những nền văn hóa xấu hổ-danh dự.

Phục hồi sự vinh hiển của Đức Chúa Trời chính là mục đích tối hậu của thập tự giá, mặc dù kết quả thứ hai của thuyết bồi hoàn là phục hồi danh dự của con người. Thập tự giá mang lấy sự xấu hổ của chúng ta (Ê-sai 53:3) và phục hồi danh dự của chúng ta trước mặt Đức Chúa Trời. Thú vị thay, thần học được phát triển giữa vòng các quốc gia Cơ Đốc giáo ở Đông phương lại nói rất rõ cách Chúa Giê-xu phục hồi sự vinh hiển cho con người;

---

5. Jackson Wu, *Saving God's Face: A Chinese Contextualization of Salvation Through Honor and Shame* (Pasadena, CA: William Carey, 2012).

Athanasius ở Alexandria (sinh năm 296) đã nói: "Đức Chúa Trời đã trở nên con người để con người có thể trở thành Đức Chúa Trời." Giáo lý của Chính Thống giáo Đông phương về sự thần hóa (*theosis*) bao gồm ân điển thần hóa để phục hồi hình ảnh vinh hiển thiên thượng cho con người (xem Giăng 17:22; 2 Phi 1:4). Sự chết của Chúa Giê-xu đã phục hồi danh dự cho Đức Chúa Trời và cho con người.

Thuyết Chịu Phạt Thay (Mặc Cảm Tội Lỗi)

Đức Chúa Trời là Đấng hoàn toàn thánh khiết và công bình, vì vậy Ngài phải hình phạt sự vi phạm luật pháp. Mặc dù Đức Chúa Trời yêu thương chúng ta, công lý đòi hỏi điều sai trái phải bị hình phạt. Theo thuyết chịu phạt thay, việc tha thứ tội lỗi một cách tùy tiện mà không có hình phạt sẽ khiến Đức Chúa Trời trở nên bất công. Vì Đức Chúa Trời công bình, Ngài luôn làm điều đúng và ban cho con người những gì họ xứng đáng. Tội lỗi của chúng ta sẽ buộc chúng ta phải nhận hình phạt đời đời. Nhưng Đức Chúa Giê-xu bước vào trong chỗ của chúng ta như là một người hy sinh cho cơn giận ấy vì cớ chúng ta. Như là một tế lễ chuộc tội, thập tự giá đã làm nguôi cơn giận của Đức Chúa Trời nghịch cùng chúng ta và trả xong món nợ tội lỗi của chúng ta. Sự chết của Chúa Giê-xu đã làm nguôi cơn thịnh nộ của Đức Chúa Trời nghịch cùng những tội nhân bằng cách làm thỏa mãn những đòi hỏi của luật pháp về sự công bình. Ngài đã chịu hình phạt ("hình sự") trong chỗ của chúng ta ("sự thay thế"). Đây là cách để Đức Chúa Trời có thể tha bổng kẻ có tội và tuyên bố rằng họ công bình mà không làm tổn hại đến sự công bình của Ngài.

Thuyết chịu phạt thay xuất hiện từ những học giả Cải Chính duy luật vào giữa những năm 1600. Kể từ 1800, nó đã trở thành thuyết chuộc tội chiếm ưu thế ở Cơ Đốc giáo Tây phương, có lẽ vì nó sử dụng ngôn ngữ và những quan điểm của luật pháp phương Tây (đặc biệt là công lý trừng phạt) để giải thích làm thế nào những con người tội lỗi có thể được tha thứ một cách hợp pháp trên thiên đàng.

Thần học hiện đại phải luôn dành ưu tiên cho những hình ảnh và những điểm nhấn của Kinh Thánh khi giải thích việc làm thế nào sự chết của Chúa Giê-xu có thể giải cứu mọi người khỏi mặc cảm tội lỗi, xấu hổ và sợ hãi. Tuy nhiên, những thuyết chuộc tội khác nhau này từ lịch sử Hội thánh có thể giúp chúng ta trình bày một Phúc âm ba chiều cho tất cả các nền văn hóa.

Những Phân Loại Thần Học Được Hệ Thống Hóa

Biểu đồ sau đây tóm tắt những phân loại thần học quan trọng bằng ngôn ngữ và quan niệm của nền văn hóa chú trọng mặc cảm tội lỗi, sự xấu hổ và sợ hãi.

Giới Thiệu			
Phép ẩn dụ quan trọng	Tòa án luật pháp)	Cộng đồng (mối quan hệ)	Cuộc chiến (quân đội)
Câu hỏi hiện sinh	Làm thế nào tội lỗi của tôi được tha thứ để tôi được vào thiên đàng?	Làm thế nào tôi có thể làm một thành viên được tôn trọng trong cộng đồng?	Làm thế nào tôi có thể có được quyền kiểm soát cuộc sống?
Thần học lịch sử	Thuộc phái Augustine, Cải Chính	Chưa phát triển	Ngũ Tuần, Phái Ân Tứ
ĐỨC CHÚA TRỜI			
Đức Chúa Trời	Đấng ban luật pháp và là Quan án (vô tội, toàn hảo, công bình)	Người Cha và Người Bảo hộ (thành tín, siêu việt, vinh hiển)	Đấng Cầm quyền và Đấng Giải cứu (tối cao, siêu việt)

Sự thánh khiết của Đức Chúa Trời	Chỉ một mình Ngài có thể giữ một cách trọn vẹn tiêu chuẩn đạo đức tuyệt đối	Chỉ một mình Ngài đáng được vinh hiển và kính trọng	Một mình Ngài sáng tạo và ở trên muôn vật
Quyền tối thượng của Đức Chúa Trời	Tha thứ kẻ có tội và ban sự cứu rỗi tương lai cho chúng ta	Tôn những người khiêm nhường lên và hạ những kẻ kiêu ngạo xuống	Đánh bại những thế lực chống đối thuộc linh và cai trị thế gian
Sự công bình của Đức Chúa Trời	Công lý trừng phạt	Sự thành tín theo giao ước	Năng lực trên toàn cõi hoàn vũ

TỘI LỖI			
Tội lỗi	Sự vi phạm và phá vỡ luật pháp	Sự bất kính và bất trung	Sự bất tuân và thờ lạy thần tượng
Tình trạng tội lỗi	Sự bại hoại hoàn toàn	Hoàn toàn không được chấp nhận	Hoàn toàn bất lực
Phạm đến	Luật pháp và công lý của Đức Chúa Trời	Danh dự và sự vinh hiển của Đức Chúa Trời	Quyền năng và thẩm quyền của Đức Chúa Trời
Tội nhân	Bị lên án	Bị khước từ	Bị rủa sả
Hậu quả của tội lỗi	Sự phán xét và hình phạt	Sự thất sủng và bất khiết	Sự thống trị và nô lệ
Cảm nhận khi có tội	Hối tiếc	Thấy mình không xứng đáng	Lo lắng
Khi Sa Ngã (Sáng 3)	Đổ lỗi cho người khác	Che đậy sự lõa lồ	Lẩn trốn trong sợ hãi
Giải pháp văn hóa	Bào chữa, xưng tội, bồi thường	Che đậy, lẩn trốn	Bái vật giáo, ma thuật
Hy vọng giả dối	Đời sống đạo đức, việc làm, công đức	Nhân thân, mối quan hệ, danh tiếng	Nghi lễ, bói toán, kiêng ky, phép thuật
Luật pháp Cựu Ước bày tỏ	Sự thất bại về phương diện đạo đức của chúng ta	Tình trạng ô uế và bị phân cách của chúng ta	Sự thờ thần tượng của chúng ta

CHÚA GIÊ-XU			
Đấng Christ	Đấng thay thế và sinh tế	Đấng Trung Bảo và Người Anh Cả	Đấng Chinh Phục và Đấng Giải Cứu
Sự nhập thể	Chúa Giê-xu đã trở thành một con người hoàn toàn để	Chúa Giê-xu đã lìa bỏ sự vinh hiển để	Chúa Giê-xu đã đến để hủy phá công việc của ma quỷ

	trả món nợ tội cho chúng ta	tôn cao Đức Chúa Cha	
Cuộc đời của Chúa Giê-xu	Sống cuộc đời hoàn toàn vô tội	Chữa lành người đau, cùng ăn uống với những người bị ruồng bỏ và người ngoại	Đuổi quỷ, làm nhiều dấu kỳ và phép lạ
Sự chết của Chúa Giê-xu	Mang lấy hình phạt vì cớ sự vi phạm đạo đức của chúng ta	Cất bỏ sự sỉ nhục và phục hồi danh dự của Đức Chúa Trời	Đánh bại các tà linh và các thế lực khác
Thập tự giá	Làm nguôi cơn giận của Đức Chúa Trời	Thay đổi cách đánh giá của Đức Chúa Trời	Xác thực quyền năng của Đức Chúa Trời
Thuyết chuộc tội	Chịu phạt thay thế	Bồi hoàn, thần hóa	Trả tiền chuộc, Chiến thắng của Đấng Christ
Sự phục sinh của Chúa Giê-xu	Đảm bảo về sự cứu rỗi tương lai	Đức Chúa Trời tôn trọng kẻ bị xấu hổ	Chiến thắng trên Sa-tan và sự chết
SỰ CỨU RỖI			
Sự cứu rỗi	Tình trạng trong trắng và sự tha thứ	Sự tôn trọng và danh dự	Quyền năng và xự tự do
Sự ăn năn	Về sự xưng công bình bởi việc làm (không còn cố gắng làm hài lòng Đức Chúa Trời bằng những việc lành)	Về sự khoe khoang (chống lại việc sử dụng những hệ thống văn hóa để nâng cao địa vị cá nhân)	Về sự thờ lạy thần tượng (từ bỏ những quyền lực giả dối và phép ma thuật)
Ân điển thắng hơn	Sự gian ác	Sự bất xứng	Sự yếu đuối
Sự tha thứ	Tha thứ những lỗi lầm	Phục hồi các mối quan hệ	Loại bỏ những thành trì
Bên tay hữu Đức Chúa Trời	Sự chấp nhận và thân mật	Uy tín và địa vị	Quyền lực và sức mạnh
Sự giải hòa (với Đức Chúa Trời dẫn đến sự bình an với)	Chính mình (linh hồn, lương tâm)	Mọi người (gia đình, cộng đồng)	Cõi sáng tạo (thiên nhiên, các thần linh)

Sự kỷ luật	Vâng lời	Trung thành	Đầu phục
Đức Thánh Linh	Đấng hướng dẫn hành vi	Đấng giao thông giữa vòng Ba Ngôi	Đấng ban năng quyền cho chiến trận
Đạo đức	Yêu thương người khác	Tôn trọng người khác	Chúc phước cho người khác
Sự đảm bảo về sự cứu rỗi	Tôi có được cứu và được chấp nhận về phương diện đạo đức không?	Tôi có phải là thành viên của cộng đồng chân thật không?	Tôi có nhận được quyền năng để thắng hơn những thế lực của sự tối tăm không?
Ê-phê-sô	2:1-10	2:11-22	6:10-17

Chương 4

Mục Vụ

Trong Kinh Thánh, Đức Chúa Trời đụng đến những khát khao chính yếu trong lòng của mọi nền văn hóa: vô tội, danh dự và quyền lực. Phúc âm thật sự là viên kim cương nhiều mặt có thể giải cứu nhân loại khỏi mọi phương diện của tội lỗi.

Là Cơ Đốc nhân, nhiệm vụ của chúng ta không chỉ là kinh ngạc trước vẻ đẹp rực rỡ của viên kim cương, mà còn phải truyền bá sự cứu rỗi của Đức Chúa Trời để muôn dân biết đến đời sống sung mãn mà Ngài dành cho chúng ta trong Chúa Giê-xu Christ. Trong phần cuối cùng này, chúng ta sẽ xem xét cách thực hiện mục vụ Cơ Đốc trong từng bối cảnh văn hóa.

Người ta thừa nhận thiên hướng văn hóa trong bối cảnh của họ thế nào, thì Cơ Đốc nhân cũng thường giả định những hình thức mục vụ Cơ Đốc từ ngữ cảnh mà trong đó họ học biết về Phúc âm thể ấy. Chúng ta nghĩ rằng các cách thức được sử dụng để rao truyền Phúc âm và môn đồ hóa trong ngữ cảnh này có thể áp dụng trong mọi ngữ cảnh khác. Nếu chúng ta trình bày Phúc âm cho người khác không đúng theo lăng kính của họ, thì đó có thể là một thách thức đối với họ. Và thậm chí cho dù chúng ta thừa nhận nhu cầu ngữ cảnh hóa, nhưng chúng ta cũng thường sử dụng những phương pháp mục vụ mặc định vì thiếu những phương cách thực tiễn để tiếp cận mục vụ Cơ Đốc trong các nền văn hóa khác nhau.

Ba chiều kích của văn hóa toàn cầu và sự cứu rỗi theo Kinh Thánh tác động đến phương pháp truyền giáo của chúng ta. Làm thế nào chúng ta có thể truyền đạt Phúc âm như một tin tức tuyệt vời trong từng nền văn hóa? Để phát triển ngành truyền giáo học gồm ba phương diện, trước tiên chúng tôi trình bày hai phương pháp truyền bá Phúc âm ("kế hoạch cứu rỗi" ba chiều và "câu chuyện cứu rỗi" ba chiều). Sau đó, để bảo đảm người ta chú ý đến Phúc âm qua những hình thức ý nghĩa, chúng tôi phác thảo ba phương pháp làm chứng theo từng bối cảnh: gặp gỡ chân lý, gặp gỡ/chứng kiến/kinh nghiệm quyền năng và gặp gỡ cộng đồng.

Kế Hoạch Cứu Rỗi Ba Chiều

Quyển sách nhỏ *Bốn Định Luật Thuộc Linh* đã chạm đến hàng triệu cuộc đời. Cách thức trình bày đơn giản của công cụ này giúp nhiều Cơ Đốc nhân biết cách trình bày Phúc âm như thế nào cho tốt. Dưới đây là cách thức gồm bốn bước quen thuộc để trình bày kế hoạch cứu rỗi cho từng nền văn hóa. Vì mỗi nền văn hóa và mỗi con người là độc nhất vô nhị, nên phần dưới đây chỉ là những lời giải thích gợi ý cho việc truyền bá Phúc âm.

Kế Hoạch Cứu Rỗi Trong Nền Văn Hóa Có Tội-Vô Tội

1. Đức Chúa Trời yêu thương chúng ta và có một kế hoạch tuyệt vời cho cuộc đời chúng ta. Chúa Giê-xu đã đến để chúng ta được sự sống đời đời mà không bị hư mất. Chúa Giê-xu ban cho chúng ta đời sống sung mãn.

2. Con người có tội và bị Đức Chúa Trời kết án. Những sự vi phạm của chúng ta ngăn cách chúng ta với Đức Chúa Trời thánh khiết. Làm việc thiện cũng không giúp chúng ta đạt đến tiêu chuẩn của Đức Chúa Trời.

3. Chúa Giê-xu Christ là của lễ chuộc tội toàn hảo cho bạn. Chúa Giê-xu đã chết trên thập tự giá thế cho chúng ta để trả hình phạt của tội lỗi. Chúa Giê-xu đã mang lấy cơn thịnh nộ, là hình phạt của Đức Chúa Trời dành cho chúng ta.

4. Bạn phải tin nhận Chúa Giê-xu làm Cứu Chúa cho riêng mình. Nhận Đấng Christ làm Cứu Chúa của mình và đừng nhờ cậy nơi đạo lý của con người để được sự tha tội và để được sự sống đời đời.

Kế Hoạch Cứu Rỗi Trong Nền Văn Hóa Xấu Hổ-Danh Dự

1. Đức Chúa Trời quý trọng bạn và muốn tôn quý bạn trong địa vị là con của Ngài. Đức Chúa Trời đã dựng nên chúng ta với sự vinh hiển và tôn trọng, để sống hòa thuận trong gia đình của Ngài.

2. Con người đã làm xấu hổ và bất kính đối với Đức Chúa Trời. Sự nổi loạn của chúng ta khiến Đức Chúa Trời vinh hiển bị hổ thẹn và bị sỉ nhục. Những nỗ lực của chúng ta nhằm khôi phục danh dự không đủ để che lấp sự đáng xấu hổ của tình trạng mồ côi thuộc linh.

3. Chúa Giê-xu Christ đã gánh lấy tất cả nỗi xấu hổ và phục hồi danh dự của bạn. Sự chết đáng hổ thẹn của Chúa Giê-xu cất đi sự hổ thẹn của chúng ta và khôi phục danh dự cho chúng ta. Bằng cách tôn vinh Đức Chúa Trời, Chúa Giê-xu đã cho phép bạn tái gia nhập vào gia đình của Đức Chúa Trời.

4. Bạn phải trung thành với Chúa Giê-xu khi bước vào gia đình Đức Chúa Trời. Hãy tiếp nhận sự đón tiếp nhân từ của Đức Chúa Trời vào gia đình Ngài và sống bởi danh

Ngài. Hãy từ bỏ bộ mặt văn hóa giả tạo để nhận lấy danh dự từ Đức Chúa Trời.

Kế Hoạch Cứu Rỗi Trong Nền Văn Hóa Sợ Hãi-Quyền Lực

1. Đức Chúa Trời là Đấng tối cao, ban cho bạn uy quyền thuộc linh. Ngài dựng nên chúng ta để quản trị toàn bộ công trình sáng tạo của Ngài (hữu hình và vô hình) và để trải nghiệm ơn phước thuộc linh.

2. Con người sợ hãi sống dưới quyền lực của Sa-tan. Sự sùng bái thần tượng tách chúng ta ra khỏi quyền lực thiên thượng. Các thế lực tối tăm cai trị tất cả mọi người, gây ra tội lỗi, sự chết và sự hành hại.

3. Chúa Giê-xu là chiến binh phục hồi quyền lực của chúng ta. Chúa Giê-xu chiến thắng các quyền lực xấu xa và sự chết để đem đến cho chúng ta quyền năng và phước hạnh của Đức Chúa Trời. Sự chết của Ngài đánh tan mọi thế lực và ban cho chúng ta uy quyền thuộc linh.

4. Muốn có được uy quyền thiên thượng, bạn phải biết Chúa Giê-xu. Hãy tin cậy một mình Chúa Giê-xu Christ và sống trong mối liên hệ với Ngài để nhận được sức mạnh và sự bảo vệ. Hãy từ bỏ những nghi thức ma thuật và những điều bí hiểm để nhận được thẩm quyền và phước hạnh từ Chúa.

Câu Chuyện Cứu Rỗi
Với Ba Phương Diện

Mỗi nền văn hóa đều coi một ẩn dụ cho một khái niệm cụ thể nào đó là ẩn dụ phù hợp nhất. Điều đó có nghĩa là ngôn ngữ và các giá trị từ một lĩnh vực của cuộc sống (vd: tòa án, cộng đồng hoặc chiến trận) được dùng như những ẩn dụ để thiết lập thế giới quan và đời sống tâm linh của họ. Ẩn dụ thường sử dụng những hình ảnh trong thế giới này để giải thích những hiện thực tâm linh.

Từ vựng được liệt kê dưới đây phản chiếu những ẩn dụ mô tả khái niệm cụ thể về sự cứu rỗi Cơ Đốc. Người ta có thể hiểu sự cứu rỗi trong Đấng Christ cách rõ ràng hơn khi chúng ta dùng ngôn ngữ liên quan đến một ẩn dụ phù hợp về văn hóa. Bây giờ là bài tập cho bạn: Hãy kể câu chuyện cứu rỗi theo Kinh Thánh (tức là sự sáng tạo, sự sa ngã, dân Y-sơ-ra-ên, Chúa Giê-xu, sự phục hồi) sử dụng ngôn ngữ ẩn dụ cho khái niệm cứu rỗi.[1]

Ngôn ngữ tòa án

Luật pháp, vi phạm, phán xét, xoa dịu, quan tòa, điều phải, quy tắc, tha bổng, trừng phạt, kết án, vô tội, hình phạt, hy sinh, cá nhân, trừng trị, tha thứ, công lao, nợ, bồi thường, mệnh lệnh, cơn giận, có tội, công bằng, lệnh tha, điều sai trật, hành vi.

---

1. Ba phạm vi ngữ nghĩa được điều chỉnh với sự cho phép bằng giấy tờ chưa được công bố của Tiến sĩ Tom Steffen. Muốn đọc thêm, Craigg Ott, "The Power of Biblical Metaphors for Contextualizing the Gospel", *Missiology* 42:4 (2014): 357-374.

Ngôn ngữ cộng đồng

Lòng trung thành, người hòa giải, gia đình, cha, con, người Do Thái/ ngoại bang, cộng đồng, hòa hợp, công khai, liên minh, lễ hội, tôn trọng, hiệp nhất, ô uế, bao hàm, lòng hiếu khách, sự sỉ nhục, thể diện, tiếng tăm, giá trị, lòng tôn kính, nhân thân, sự chấp nhận, phẩm giá, sự xa lánh, bị hổ thẹn, ô uế, sự chấp thuận, bất khiết, đáng trọng, vinh quang, điều ô nhục, niềm kiêu hãnh, sự trong sạch, ganh ty, mối đe dọa, sự thừa kế, nhận làm con, người đỡ đầu.

Ngôn ngữ chiến đấu

Sự giải cứu, sự chữa lành, Sa-tan, các thế lực, ách nô lệ, thẩm quyền, sự tối tăm, sự thống trị, sự xuất hành, phép thuật, dấu hiệu, việc lạ lùng, hùng mạnh, yếu ớt, chạm trán, bị giam giữ, hòa bình, sức mạnh, quyền năng, ngai vàng, kiểm soát, đàn áp, trận chiến, các thần linh, Đức Thánh Linh, câu thần chú, lời cầu nguyện, vương quốc, thiên sứ, phước lành, sự bảo vệ, kẻ lừa dối, sự tự do, pháo đài, xâm chiếm, chiến thắng, sùng bái thần tượng, lời rủa sả.

Những Hình Thức Làm Chứng Được Ngữ Cảnh Hóa

Môn đồ hóa giữa những nền văn hóa đặt nền tảng trên sự xấu hổ và sợ hãi không chỉ đòi hỏi phải sắp xếp lại nội dung truyền đạt Phúc âm. Các phương tiện mà qua đó chúng ta rao truyền Phúc âm cũng phải được điều chỉnh phù hợp với bối cảnh văn hóa. Truyền đạt Lời Đức Chúa Trời theo ba chiều kích đòi hỏi phải sử dụng các hình thức mà người ta đã quen thuộc với việc tiếp nhận sự vô tội, danh dự và quyền lực.

Phúc âm Ba Chiều tác động đến cả *nội dung* Phúc âm lẫn *phương cách* làm chứng. Các ẩn dụ cho các khái niệm được dùng trong thần học (trong phần trước) trở thành những ẩn dụ quan trọng hướng dẫn chúng ta trong việc nghiên cứu về truyền giáo. Cách chúng ta hiểu sứ mạng của Đức Chúa Trời (tức là tha thứ kẻ có tội, tiếp đón người bị hổ thẹn, hoặc giải cứu người hãi sợ) định hình chiến lược cho mục vụ Cơ Đốc.

Phương thức truyền giáo thích hợp đối với ba xu hướng văn hóa này là gì? Làm thế nào người ta có thể đối diện với Phúc âm cách tốt nhất? Đối diện Phúc âm như đối diện chân lý, như đối diện quyền năng hay trong tư cách cộng đồng? Xu hướng văn hóa của con người tác động đến cách họ đánh giá và tiếp nhận Phúc âm.

Trong Công Vụ 26:18, Phao-lô mô tả sứ mạng của ông cho người ngoại bằng thuật ngữ ba chiều- "để mở mắt họ, chuyển họ từ tối tăm qua sáng láng, từ quyền lực của Sa-tan trở về cùng Đức Chúa Trời (*quyền lực*), hầu cho bởi đức tin nơi Ta, họ nhận được sự tha tội (*vô tội*) và hưởng phần gia tài cùng với các thánh đồ (*danh dự*)". Mục vụ của Phao-lô giới thiệu Phúc âm ba chiều. Ba sợi dây bện Phúc âm này không bao giờ hoạt động tách biệt nhau, nhưng sự năng động của một nền văn hóa cụ thể có thể sẽ nhấn vào phương thức này nhiều hơn phương thức kia. Ba cuộc gặp gỡ trong chức vụ của Phao-lô trong sách Công Vụ minh họa ba phương thức làm chứng Cơ Đốc-gặp gỡ chân lý, gặp gỡ/chứng kiến quyền năng, và gặp gỡ cộng đồng.

Gặp Gỡ Chân Lý

Trong buổi nhóm họp vào ngày Sa-bát tại thành An-ti-ốt xứ Bi-si-đi (Công 13:13-42), các lãnh đạo nhà hội đã mời Phao-lô có vài lời khuyên bảo. Phao-lô đứng dậy và giảng thể nào lịch sử của Y-sơ-ra-ên lên đến đỉnh điểm trong sự sống lại của Chúa Giê-xu. Vào cuối bài chia sẻ, Phao-lô thách thức họ: "Vậy, thưa anh em, hãy nhận biết rằng nhờ Đấng đó mà sự tha tội được công bố cho anh em". Thính giả của Phao-lô đã gặp gỡ chân lý của Phúc âm.

Được phát triển trong một nền văn hóa nhấn mạnh tình trạng hợp pháp, khoa nghiên cứu truyền giáo ở phương Tây áp dụng phương thức trong phòng xử án vào mục vụ Cơ Đốc. Trong cuộc gặp gỡ chân lý, người Cơ Đốc là vị luật sư hợp pháp giải thích và bảo vệ bằng lời tính chân thật của Phúc âm. Công bố Phúc âm đòi hỏi phải trình bày chân lý thiên thượng một cách hợp lẽ. Vì chân lý được xem như lời tuyên bố, hoặc đúng hoặc sai, nên con người cần đến lẽ phải và lý trí. Như trong Công Vụ 13, dân chúng được thách thức nhận biết chân lý và nhận lãnh sự tha thứ.

Các phương pháp truyền bá Phúc âm thường nhấn mạnh vào lời công bố những "định luật" thuộc linh. Những phương pháp như EE (Evangelism Explosion) và "Cây cầu" (Romans Road) trình bày Phúc âm theo kiểu tuyên bố, cần lý trí và nhận thức. Biện giáo học là một môn học phổ biến trong các trường đại học Cơ Đốc. Môn này dùng triết học để trình bày nền tảng của niềm tin Cơ Đốc theo lý trí và bảo vệ trước những sự chống đối. Các tác phẩm biện giáo bán chạy nhất, như *The Case For Christ* của Lee Strobel hoặc *Evidence that Demands a Verdict* của Josh McDowell, minh họa phương cách của tòa án được dùng trong mục vụ Cơ Đốc tại các nền văn hóa dựa trên khái niệm có tội-vô tội. Những tác phẩm này trình bày Phúc âm trong vai trò là chân lý.

Truyền tải chân lý cũng là cách Cơ Đốc giáo phương Tây trang bị cho tín hữu. Hình thức môn đồ hóa chủ đạo–giảng dạy-thừa nhận rằng các giá trị được biến đổi cách tốt nhất thông qua việc huấn thị. Thần học phương Tây ủng hộ thần học hệ thống (mô tả niềm tin Cơ Đốc một cách thứ tự và hợp lý) và thư tín của Phao-lô gửi cho người La Mã (sách trình bày những tuyên bố thần học cách hệ thống nhất trong Kinh Thánh). Những dẫn chứng mục vụ này minh họa những giả định và phương thức xử án ảnh hưởng đến mục vụ Cơ Đốc trong nền văn hóa có tội-vô tội như thế nào.

Phương pháp truyền giáo gặp gỡ chân lý đã đem lại kết quả đáng ngạc nhiên cho vương quốc Đức Chúa Trời, vì vậy đó vẫn là chiến lược quan trọng trong truyền giáo. Thế giới phải tiếp tục nghe chân lý của Phúc âm. Nhưng Cơ Đốc nhân sống trong nền văn hóa có tội-vô tội phải ý thức xu hướng văn hóa mặc định của họ ảnh hưởng đến phương cách truyền giáo của họ ra sao. Có lẽ cách hay hơn để các nền văn hóa của Thế giới thứ Ba gặp gỡ Phúc âm về sự cứu rỗi của Đức Chúa Trời là qua quyền năng và cộng đồng.

Kinh Nghiệm Quyền Năng

Khi Phao-lô và Ba-na-ba rời An-ti-ốt trong hành trình thứ nhất, họ đến đảo Chíp-rơ. Vị thống đốc mời Ba-na-ba và Phao-lô chia sẻ lời Đức Chúa Trời, nhưng một thuật sĩ địa phương bắt đầu chống đối sứ điệp của họ. Phao-lô ngay lập tức nhận biết các thế lực tâm linh tối tăm đằng sau lời nói của một thuật sĩ và công bố tay của Chúa nghịch lại ông ta. Vị thống đốc thấy thuật sĩ bị mù thì tin vào lời Phao-lô dạy về Chúa. Thống đốc trên đảo Chíp-rơ đã gặp gỡ quyền năng của Phúc âm trong Công vụ 13:4-12.

Để tin vào uy quyền của Đấng Christ, những nền văn hóa theo xu hướng sợ hãi-quyền lực có thể đòi hỏi bằng chứng về quyền năng ấy chứ không phải lập luận theo lý trí. Người ta phải nhìn thấy rõ ràng quyền năng của Đức Chúa Trời trong đời sống hằng ngày. Trong phương pháp gặp gỡ quyền năng, truyền giáo là cuộc chiến thuộc linh.

Cơ Đốc nhân là lực lượng của Đức Chúa Trời chiến đấu để đánh bại các pháo đài của Sa-tan và mở rộng quyền cai trị của Đức Chúa Trời. Hội thánh giải cứu con người ra khỏi lãnh địa của sự tối tăm để bước vào vương quốc của Chúa Giê-xu. Những tín hữu đầy dẫy Đức Thánh Linh chống lại quyền lực nô lệ của Sa-tan bằng quyền năng giải phóng của Đức Chúa Trời. Truyền bá Phúc âm là cuộc gặp gỡ với quyền năng trong đó người cải đạo đi từ vương quốc thuộc thẩm quyền tâm linh này sang vương quốc thuộc thẩm quyền khác. Cuộc chiến ban đầu là giữa Đức Chúa Trời với Sa-tan để giành quyền kiểm soát và sự thờ phượng của con người, nhưng nó diễn ra trên đất này. Trong trận chiến thuộc linh, chiến thắng trên trời của Chúa Giê-xu cũng có hiệu lực trong cuộc sống của chúng ta trên đất này.

Công cụ chính yếu trong trận chiến thuộc linh là Lời Đức Chúa Trời và lời cầu nguyện. Những lời hứa của Chúa cung cấp nguồn lực tâm linh để chống lại sự lừa gạt và những lời phỉnh dối về vương quốc giả của Sa-tan. Cùng với đức tin chân thật, lời cầu nguyện sẽ thay thế những nghi thức ma thuật và những đồ vật linh thiêng được cho là những nguồn đem lại ảnh hưởng siêu nhiên. Lời cầu xin Đấng Sáng tạo Tối cao mở rộng vương quốc vinh quang của Ngài bằng cách ban phước cho các thánh đồ trên đất.

Cơ Đốc nhân có thể sử dụng sức mạnh thiên thượng có được nhờ Kinh Thánh và sự cầu nguyện theo nhiều cách.

1. Mục vụ tư vấn giúp Cơ Đốc nhân chiến thắng xiềng xích tội lỗi bằng sự hiểu biết về những nguồn trợ giúp thuộc

linh của Đức Chúa Trời và bằng sự hiểu biết chúng ta thật sự là ai trong Đấng Christ. Để nhận biết sự lừa dối của Sa-tan và sự chữa lành bên trong, tín hữu cần phải kinh nghiệm sự giải cứu của Chúa khỏi sự cầm giữ tâm linh và tội lỗi.

2. Những dấu kỳ và phép lạ là những điều hữu hình nhằm bày tỏ quyền năng của Thánh Linh Chúa giữa những người không tin. Môn đồ của Chúa Giê-xu có thẩm quyền đánh bại các thế lực của sự tối tăm bằng cách cầu nguyện trong danh Chúa Giê-xu.

3. Lời tiên tri nói đến những chỉ dẫn hay khích lệ thuộc linh trực tiếp, bày tỏ sự hiểu biết và năng quyền của Thánh Linh Đức Chúa Trời.

4. Những cuộc đối đầu công khai thách thức sức mạnh các thần của tổ tiên và chứng tỏ tính ưu việt của Đức Chúa Trời Sáng tạo, giống như cuộc đối đầu giữa Môi-se và Pha-ra-ôn (Xuất 7-12) hay giữa Ê-li và các tiên tri Ba-anh (1 Vua 18).

5. Giấc mơ thường được hiểu là sự bày tỏ từ Đức Chúa Trời. Các lời tường thuật cho thấy nhiều tín đồ Hồi giáo đã đi theo Đấng Christ sau khi mơ thấy Chúa Giê-xu. Khi những cuộc bàn luận với tín đồ Hồi giáo trở thành cuộc tranh cãi, tôi thường lái cuộc trò chuyện sang hướng khác bằng cách nói "tôi sẽ cầu xin Chúa Giê-xu đến với bạn trong giấc mơ. Khi đó, hãy gọi cho tôi nhé".

Người ta kinh nghiệm tin lành về quyền năng của Đức Chúa Trời qua sự tư vấn, dấu kỳ và những việc lạ lùng, qua lời tiên tri, qua những cuộc gặp gỡ công khai và qua giấc mơ. Sứ mạng Cơ Đốc trong bối cảnh sợ hãi-quyền lực là trình bày Phúc âm bằng cách phô bày quyền năng của Đức Chúa Trời qua những cách thức phù hợp với bối cảnh như thế.[2]

Gặp Gỡ Cộng Đồng

Phao-lô và Si-la ngồi trong tù, hát ngợi khen và cầu nguyện với Đức Chúa Trời. Thình lình, một cơn động đất làm cho cửa tù lắc lạch cạch và mở toang, còng tay của họ cũng bị tháo rời. Người cai ngục đang canh gác nhận ra sự hỗn loạn và rút gươm tự tử vì không làm tròn nhiệm vụ. Ngay lúc đó Phao-lô kêu lên "Hãy dừng lại! Chúng tôi vẫn còn ở đây!" Sau khi tình hình lắng dịu, người cai ngục và cả nhà tin nhận Chúa Giê-xu để được sự cứu rỗi. Sau đó họ có buổi tối thông công vui vẻ với Phao-lô và Si-la. Trong Công Vụ 16, gia đình của người cai ngục ở Phi-líp tin nhận Chúa Giê-xu khi họ gặp gỡ Phúc âm trong tư cách một cộng đồng.

Trong nền văn hóa sợ hãi-danh dự, sứ mạng Cơ Đốc là đem người ta đến với cộng đồng chân thật. Cuộc gặp gỡ cộng đồng tái định nghĩa nhân dạng nhóm chủ đạo của người đó qua những mối quan hệ chân thật. Bước vào một cộng đồng mới biến đổi tình trạng thuộc linh của người đó. Cải đạo nghĩa là tuyên bố trung thành với một nhóm mới, tức Đức Chúa Trời và dân sự Ngài. Qua cuộc gặp gỡ cộng đồng, người chưa tin sẽ xác định lại đâu là "quan tòa" quyết định nhân phẩm của mình (tức những người quyết định người nào là đáng tôn trọng) và đâu là những quy tắc đạo đức đúng đắn (tức điều gì thật sự đáng được tôn trọng và điều gì đáng xấu hổ) dựa trên thanh danh của Chúa. Cuộc gặp gỡ mang

---

2. Muốn đọc thêm, xem Neil Anderson and Timothy Warner, *Beginner's Guide to Spiritual Warfare*, (Ventura, CA: Regal, 2008); Clint Arnold, *3 Crucial Questions about Spiritual Warfare* (Grand Rapids, MI: Baker Academic, 1997); Doug Hayward, "The Evangelization of Animists: Power, Truth or Love Encounter?" *IJFM* 14:4 (1997): 155-159.

tính cộng đồng theo Kinh Thánh đòi hỏi những điểm chung của ba nhóm: Ba Ngôi, Hội thánh, và gia đình.

Ba Ngôi

Sứ mạng Cơ Đốc hướng dẫn con người gặp gỡ Đấng Vinh hiển và Danh giá nhất. Danh dự được tái định hướng quanh cộng đồng Ba Ngôi. Cha, Con và Thánh Linh thay thế gia đình, sắc tộc và chi tộc với tư cách cộng đồng danh dự. Cha hoan nghênh những người xấu hổ trở về nhà bằng việc nhân từ chấp nhận và tôn trọng. Con bây giờ là người anh đáng trọng, sẵn dành một chỗ cao quý cho chúng ta ở trên trời. Thánh Linh đến như sự ứng trước cho cơ nghiệp vinh hiển của chúng ta trong tương lai. Danh dự thật chỉ đến khi gặp gỡ Mặt Chúa. Biết Mặt Chúa theo nghĩa ở trong mối tâm giao với Ngài, như được bày tỏ trong Chúa Giê-xu, là căn nguyên duy nhất để có được địa vị mới và địa vị quý trọng.[3]

Người cai ngục ở Phi-líp tìm cách tự tử để che giấu thất bại đáng xấu hổ trong công việc của mình. Như người chiến binh Nhật Bản, ông đã hành động để bảo vệ danh dự của dân tộc bằng cách hy sinh chính mạng sống mình. Những người sống trong nền văn hóa xấu hổ-danh dự phải đi đến chỗ thừa nhận sự phỉnh dối của nỗi hổ thẹn xã hội, cho dù ban đầu điều đó có thể rất đau đớn. Khi rút gươm ra, người cai ngục ngừng lại đủ lâu để xem xét thanh danh của Chúa có giá trị hơn mọi nỗi xấu hổ có thể hiện diện trong xã hội ra sao.

Vinh quang đời đời chỉ đến qua Con Trời (Giăng 17:22), vì chỉ sự đánh giá của Chúa là còn lại đời đời. Khi con người từ chối để Đức Chúa Trời là nguồn và người duy nhất nắm giữ danh dự của họ, họ đã chọn danh dự có giới hạn thay vì vinh quang vô tận

3. Christopher L. Flanders, *About Face: Rethinking Face for 21st Century Mission* (Eugene, OR: Wipf & Stock Pub, 2011).

(Giăng 12:42-43). Sứ mạng Cơ Đốc thay thế sự xấu hổ giả tạo ("Tôi là người không ra gì") và danh dự giả tạo ("Cộng đồng của tôi là cộng đồng tốt nhất!") bằng vinh dự thật đến từ Đức Chúa Trời.

Hội Thánh

Để gìn giữ mạng sống của người cai ngục, Phao-lô hét lớn: "Chúng tôi còn ở đây!" Là thân thể của Đấng Christ trên đất, hội thánh là cộng đồng đầu tiên trong đó người chưa tin được gặp gỡ Phúc âm. Trong khi danh dự tối thượng đến từ Đức Chúa Trời, thì việc tham gia vào gia đình Đức Chúa Trời trên đất là tìm đến chỗ danh dự được tái lập, xác nhận và thể hiện. Cộng đồng Cơ Đốc xác nhận danh dự của các dân tộc. Hội thánh là gia đình thay thế mà sự đón tiếp nhân từ của hội thánh sẽ giúp con người tự do tháo bỏ chiếc mặt nạ che đậy sự xấu hổ của mình.

Tiến trình trò chuyện của những người sống trong nền văn hóa xấu hổ-danh dự thường bắt đầu với cộng đồng (nghĩa là kinh nghiệm trong cộng đồng dẫn họ đến cơ hội truyền bá Phúc âm), trong khi cuộc gặp gỡ chân lý bắt đầu bằng việc truyền bá Phúc âm cho từng cá nhân rồi mới đem họ vào hội thánh (truyền bá Phúc âm đem người ta vào cộng đồng). Những người có khuynh hướng sống theo cộng đồng phải kinh nghiệm tính cộng đồng trước khi chấp nhận lời mời gia nhập cộng đồng ấy. Các tác giả Tân Ước thường xem việc gia nhập vào cộng đồng của Đức Chúa Trời ngang hàng với sự cứu rỗi Cơ Đốc. "Ai tin đá ấy sẽ không bị hổ thẹn. Vậy, với anh em là người đã tin, thì Ngài là quý giá...Nhưng anh em là dòng giống được tuyển chọn, là chức thầy tế lễ hoàng gia, là dân tộc thánh, là dân thuộc riêng về Đức Chúa Trời... Trước kia, anh em không phải là một dân, nhưng bây giờ là dân Đức Chúa Trời" (1 Phi 2:6-10).

Khi trình bày Phúc âm trong những nền văn hóa xấu hổ-danh dự, chiếc cầu liên hệ nối giữa tín hữu và người chưa tin phải mang lại phẩm giá và danh dự. Cách chúng ta gắn kết người khác phải hiệp nhất với sứ điệp chúng ta công bố thông qua việc làm hiện thân bằng những phương cách thấy được cho danh dự của Chúa. Làm trung gian cho danh dự thật bằng lời nói và việc làm là điều thiết yếu để đến với những người sống trong bối cảnh xấu hổ-danh dự. Cho dù không cố ý, nhưng người hay xấu hổ đi ngược lại Phúc âm danh dự của Đức Chúa Trời. Sau đây là bốn cách truyền tải danh dự của Chúa cho người khác và cho các cộng đồng thông qua mối liên hệ.

Người cai ngục ở thành Phi-líp cảm nhận danh dự của Chúa cách đúng nhất qua mối liên hệ của ông với Phao-lô và Si-la. Nhờ không trốn khỏi tù, họ đã hy sinh mạng sống và danh tiếng của mình để bảo vệ danh dự của Ngài. Sau đó họ đã nhân từ nhận lời mời ăn chung với người cai ngục. Cùng ăn với nhau là cách hiệu quả thể hiện sự tôn trọng người khác, vì điều đó tạo sự ràng buộc trong mối quan hệ. Thông công nơi bàn ăn là phương cách chính mà Chúa Giê-xu dùng để bày tỏ sự tôn trọng dành cho những người bị xã hội ruồng bỏ trong các sách Phúc âm (Lu 15:1). Bữa ăn chung cũng rao giảng về danh dự của Đức Chúa Trời một cách lớn tiếng chẳng khác gì một bài giảng trong xã hội theo chủ nghĩa tập thể.

Một dự án phát triển tốt tạo cơ hội cho mọi người thể hiện các khía cạnh đáng tôn trọng trong nhân cách và văn hóa của họ. Phương pháp phát triển cộng đồng dựa trên tài sản tôn cao con người qua việc nhấn mạnh tài sản và tiện ích của họ trong xã hội.[4] Đáng tiếc là một số nỗ lực phát triển Cơ Đốc lại làm cho

---

4. Robert D. Lupton, *Toxic Charity: How Churches and Charities Hurt Those They Help, And How to Reverse It* (New York, NY: HarperOne, 2012); Steve Corbett and Brian Fikkert, *When Helping Hurts: How to Alleviate Poverty Without Hurting the Poor... and Yourself,* (Chicago, IL: Moody Publishers, 2012).

người ta xấu hổ vì bắt đầu với nhu cầu và sự nghèo khổ của con người. Trong mối quan hệ, lúc nào cũng là người nhận lãnh củng cố thông điệp về sự thấp kém và vô dụng.

Mục vụ thể hiện lòng thương xót có thể giải phóng con người khỏi gông cùm của sự xấu hổ. Ví dụ, mục vụ y tế của Africa Mercy Ships biến đổi địa vị xã hội của con người bằng cách lấy đi những khối u xấu xí trên mặt họ, như được chiếu trong đoạn phim tài liệu "Bệnh viện Hy vọng" trong chương trình 60 Phút.[5]

Cách thứ tư để bày tỏ sự tôn trọng người khác trong mối liên hệ là giải quyết xung đột một cách tôn trọng. Nếp sống Cơ Đốc trong nền văn hóa xấu hổ-danh dự phải học cách xử lý xung đột mà không xúc phạm hay vạch mặt người khác. Nếu bạn xúc phạm ai đó, giúp người ấy phục hồi danh dự bằng cách nào đó có thể là việc làm thích hợp hơn là lời xin lỗi. Hoặc để truyền đạt sự tha thứ đến với người khác, hãy nghĩ đến những hình thức giải hòa không lời chẳng hạn như quà tặng hoặc một bữa ăn. Chú ý đến các phương diện của sĩ diện và danh dự trong mâu thuẫn, và đừng chỉ tập trung vào việc đúng sai. Điều này sẽ giúp gìn giữ và phục hồi mối quan hệ.[6]

Cùng ăn với nhau, phát triển cộng đồng dựa trên tài sản, mục vụ bày tỏ lòng thương xót và giải quyết xung đột cách nhân từ là những phương thức xác thực mà Hội thánh có thể truyền đạt danh dự.

---

5. "Floating Hospital of Hope", *60 Minutes*, February 18, 2013, *http://www.cbsnews.com/videos/the-floating-hospital-of-hope/*. Phiên bản rút ngắn https://www.youtube.com/watch?v=Xl-xDKZrnJQ.

6. Quyển sách xuất sắc của Duane Elmer tựa đề *Cross-Cultural Conflict* (Downers Grove, IL: InterVarsity Press, 1993) giúp Cơ Đốc nhân giải quyết xung đột cách khôn ngoan trong ngữ cảnh xấu hổ-danh dự.

Gia Đình

Trong các nền văn hóa theo chủ nghĩa tập thể, cải đạo sang Cơ Đốc giáo có thể mang đến sự sỉ nhục cho gia đình và cộng đồng lân cận. Nhiều dân tộc chưa được Tin lành đụng đến không khước từ Cơ Đốc giáo vì lý do thần học, mà vì những ảnh hưởng văn hóa và xã hội khiến gia đình họ cảm thấy hổ thẹn. Đối với người theo chủ nghĩa tập thể, việc lựa chọn tôn giáo khác biệt với tôn giáo của cộng đồng hàm chứa việc sẽ bị chính cộng đồng ấy loại trừ. Tôi nhớ lại nhiều người chưa tin Chúa thuộc vùng Trung Á đã thừa nhận nỗi hổ thẹn của mình trước Chúa và nhận biết Chúa Giê-xu là con đường duy nhất dẫn đến danh dự đời đời, nhưng lại không sẵn sàng chịu mất địa vị trong cộng đồng hoặc danh tiếng của gia đình để theo Chúa Giê-xu. Vì sự xấu hổ về mặt xã hội, nên sứ điệp Phúc âm được trình bày lại theo ngôn ngữ của danh dự và sự hổ thẹn có lẽ sẽ không trở thành chìa khóa ma thuật để mở những cánh cửa. Mục vụ Cơ Đốc trong bối cảnh xem trọng xấu hổ-danh dự cũng phải ngữ cảnh hóa các phương pháp truyền bá Phúc âm và tiến trình cải đạo.

Dẫu việc đặt đức tin nơi Đấng Christ luôn là quyết định mang tính chất cá nhân và có thể bao hàm việc từ chối bổn phận trong cộng đồng, thì cũng có những ví dụ về sự cải đạo của cả gia đình trong Tân Ước. Lời mời cứu cả gia đình người cai ngục của Phao-lô đã giúp họ tránh tai tiếng là một người làm sỉ nhục cả gia đình. Khái niệm "cải đạo" không bỏ qua đức tin và sự ăn năn cá nhân nhưng nhận biết rằng một số người thích quyết định theo nhóm, phụ thuộc lẫn nhau và cùng một lúc. Tin Đấng Christ qua trải nghiệm trong một nhóm giúp hạn chế những trở ngại không cần thiết về mặt xã hội.[7]

---

7. Tennet, *Theology in the Context of World Christianity,* 97-99.

Ý niệm quyết định tin Chúa của người này ảnh hưởng đến người kia tác động đến việc truyền bá Phúc âm. Ví dụ, nếu một thanh niên tỏ ra quan tâm về Chúa Giê-xu, thì việc mời cả gia đình anh ấy cùng ngồi nghe chia sẻ Phúc âm là điều khôn ngoan. Khi chia sẻ với người đứng đầu gia đình và lường trước quyết định tin theo Chúa của cả gia đình, chúng ta sẽ hạn chế được sự hỗn loạn trong xã hội khi loại trừ một cá nhân ra khỏi cộng đồng. Phương pháp truyền giáo gặp gỡ cộng đồng đòi hỏi việc giúp đỡ người khác gặp gỡ Chúa Giê-xu trong tư cách một cộng đồng, chứ không chỉ là cá nhân.

Tuy nhiên, một số người trong xã hội xem trọng xấu hổ-danh dự sẽ đích thân quyết định đi theo Đấng Christ. Điều này thường tạo ra những tranh luận trong gia đình, những lời đe dọa đầy tức giận và chuyện ngồi lê đôi mách trong cộng đồng. Giữa những hoàn cảnh đầy thách thức này, có thể có những thuận lợi về lâu về dài khi khuyến khích các tân tín hữu tiếp tục ở lại trong gia đình để làm sự sáng và đừng xem thường các phong tục xã hội. Mạng lưới gia đình là kênh tự nhiên nhất để truyền bá Phúc âm trong bối cảnh xấu hổ-danh dự, vì vậy mạng lưới gia đình phải được duy trì hễ khi nào còn có thể. Loại trừ người mới cải đạo ra khỏi mạng lưới xã hội làm hạn chế ảnh hưởng của Cơ Đốc giáo. Ở Trung Á, chúng tôi phát hiện gần 70% Cơ Đốc nhân tin Chúa Giê-xu qua người thân. Một nghiên cứu ở Thái Lan kết luận tỷ lệ người chưa tin trở thành Cơ Đốc nhân cao hơn 229 lần nếu họ có người thân là Cơ Đốc nhân.[8]

Những người sống trong nền văn hóa xem trọng xấu hổ-danh dự có thể kinh nghiệm Phúc âm một cách ý nghĩa bằng cách gặp gỡ cộng đồng thiêng liêng của hội thánh ngay trong mạng lưới xã hội của họ.

---

8. Marten Visser, *Conversion Growth of Protestant Churches in Thailand* (Zoetermeer, 2008), 123.

Kết Luận

Tội lỗi làm cho gia đình bị méo mó bằng cách gây ra mặc cảm, sự xấu hổ và sợ hãi. Hậu quả là nền văn hóa của thế giới theo đuổi sự vô tội, danh dự và quyền lực ngoài Chúa. Nhưng Đức Chúa Trời của Kinh Thánh ao ước ban phước cho mọi dân tộc bằng sự cứu rỗi toàn vẹn trong Đấng Christ. Hội thánh được kêu gọi giới thiệu Đức Chúa Trời, Đấng giải quyết những mong ước thuộc linh và văn hóa sâu xa nhất của chúng ta, cho các dân.

Nhưng Phúc âm Ba chiều là dành cho Cơ Đốc nhân, đặc biệt những người ở trong chức vụ, cũng như cho những nền văn hóa chưa được nghe Phúc âm. Nhãn quan đường hầm thần học chỉ nhìn thấy được một mặt của viên kim cương đã ngăn cản mối liên hệ của chính chúng ta với Đức Chúa Trời. Cơ Đốc nhân phương Tây có thể hoàn toàn tin cậy Chúa Giê-xu tha thứ tội lỗi, nhưng vẫn bị quấy rầy bởi xấu hổ và sợ hãi. Cơ Đốc nhân thường cảm thấy xấu hổ vì "không đủ tốt" và cố che giấu những thiếu sót hiển nhiên. Cảm thấy không xứng đáng hay vô dụng vì sự những sai lầm trong quá khứ hay những thất bại gần đây ngăn cản mối giao thân mật thiết giữa chúng ta với Đức Chúa Trời. Sợ hãi cũng là đặc điểm nổi bật trong văn hóa Tây phương. Có thể chúng ta không lo lắng những thế lực tâm linh có thể hành hại chúng ta, nhưng chúng ta lại lo lắng về tương lai. Nỗi sợ này khiến chúng ta tìm kiếm sự an toàn và bảo vệ trong các thế lực "hiện đại" (nghĩa là Bộ An ninh Quốc gia, Charles Schwab, 401(k), v.v...). Trước khi công bố Phúc âm Ba chiều, chúng ta phải kinh nghiệm và trình bày Phúc âm trong chính đời sống mình.[1]

Điều đáng nói hơn là Phúc âm một chiều đe dọa tính xác thực và toàn vẹn của Kinh Thánh. Chúng ta hiểu sai Kinh Thánh và xây dựng một quan điểm khác với quan điểm của Kinh Thánh về Đức Chúa Trời. Nếu Chúa không cứu chúng ta khỏi sự xấu hổ và sợ hãi (không chỉ về lý thuyết mà cả trong thực tiễn), thì chúng ta đã hạ thấp vinh quang của Ngài một cách nghiêm trọng. Phúc âm Ba chiều cho phép chúng ta thờ phượng Đức Chúa Trời tối cao, vinh hiển và thánh khiết cách trọn vẹn hơn.

Khi hiểu rõ mọi khía cạnh của Phúc âm, chúng ta có thể biết Chúa và giới thiệu về Ngài cách hiệu quả hơn. Để kết thúc, tôi cầu xin Chúa "soi sáng con mắt của lòng anh em, để anh em biết (*và rao ra*) niềm hy vọng mà Chúa đã gọi anh em đến là gì, sự phong phú của cơ nghiệp vinh quang Ngài trong các thánh đồ là thể nào, và đâu là quyền năng vĩ đại không dò lường được của Ngài đối với chúng ta là những người tin, theo sự tác động của của quyền năng siêu việt của Ngài" (Ê-phê-sô 1:18-19). Amen!

---

1. Muốn tìm hiểu thêm, xin xem: "3D Gospel sermon", Hope Church (Oakdale, MN), March 16, 2014, *http://www.hopechurchoakdale.com/2014/03/3d-gospel-march-16-2014/*; Brene Brown "Listening to Shame", *TED*, March 2012, *http://www.ted.com/talks/brene_brown_listening_to_shame.*

Những điều các học giả nói về
Phúc Âm Ba Chiều"

"*Phúc Âm Ba Chiều* là một công trình nghiên cứu tuyệt vời về những nền văn hóa đặt nặng vấn đề có tội-vô tội, xấu hổ-danh dự, và sợ hãi-quyền lực. Công trình nghiên cứu của Jayson Georges, những khám phá từ Kinh Thánh, và việc sử dụng ba lăng kính thế giới quan này có giá trị rất lớn đối với chúng ta, những người phục vụ, và với những quốc gia này. Chủng viện của chúng tôi được vinh dự làm việc với những sinh viên và lãnh đạo Cơ Đốc Hàn Quốc (thuộc văn hóa xấu hổ-danh dự) và Phi châu (thuộc văn hóa sợ hãi-quyền lực), và tác phẩm của Jayson đã giúp ích rất nhiều trong việc hiểu được những sự khác biệt về văn hóa có tính hệ thống này." – **Jeffrey A. Gill** (Tiến sĩ Mục vụ, Tiến sĩ Thần học), Phó Chủ tịch và Giám học, Viện Thần học Ân Điển

"*Phúc Âm Ba Chiều* đã đưa ra những khái niệm về văn hóa hết sức quan trọng, rất dễ tiếp cận và dễ hiểu. Cảm ơn Jayson vì đã giúp mọi người hiểu được tính phức tạp của những nền văn hóa toàn cầu và những ngụ ý của nó cho công cuộc truyền giáo Cơ Đốc." – **Judith Lingenfelter** (Tiến sĩ Thần học), Giáo sư về nghiên cứu xuyên văn hóa, Đại học Biola

"Tôi rất vui vì bây giờ *Phúc Âm Ba Chiều* đã có sẵn. Đây là một hướng dẫn rất thiết thực cho những Cơ Đốc nhân muốn biết những kiểu văn hóa và thế giới quan khác nhau sẽ ảnh hưởng như thế nào đến cách chúng ta đọc Kinh Thánh và phát triển những chiến lược truyền giáo." – **Jackson Wu** (Tiến sĩ Thần học), giáo viên chủng viện tại Châu Á, tác giả cuốn *Saving God's Face* (tạm dịch: Giữ Thể diện của Đức Chúa Trời)

"Sách của Jayson Georges là một quyển sách mà tất cả những Cơ Đốc nhân yêu mến những người từ những nền văn hóa khác cần phải đọc. *Phúc Âm Ba Chiều* là một sự trình bày súc tích về những cơ cấu văn hóa chính yếu, qua đó tác giả đưa ra một cách trình bày mạch lạc về sự cứu chuộc. Điều này đã làm cho nó trở thành một công cụ dạy dỗ hết sức hữu ích." – **Florent Varak**, Mục sư tại Lyon, Pháp, giáo sư tại Viện Kinh Thánh Geneva

"Phải chăng bạn đang mệt mỏi với những mô hình Phúc âm sản sinh ra chủ nghĩa duy luật, học thuyết duy danh hay là thuyết hổ lốn? Quyển *Phúc Âm Ba Chiều* của Jayson Georges có thể cung cấp những giải pháp đáng tin cậy." – **Tom Steffen** (Tiến sĩ Thần học), Giáo sư Danh dự về Nghiên cứu Xuyên văn hóa, Đại học Biola

"Những hiểu biết của Jayson được sản sinh từ nhiều năm trải nghiệm thực tế kết hợp với rất nhiều công trình nghiên cứu Kinh Thánh và nhân loại học. *Phúc Âm Ba Chiều* sẽ giúp ích rất nhiều cho các tín hữu trong việc làm chứng cho những vị khách quốc tế ở kế cận mình cũng như cho những nhà truyền giáo kỳ cựu đang phục vụ ở hải ngoại...và bất kỳ người nào." – **Grant Haynes**, Giám đốc Truyền giáo Toàn Cầu

"Cũng giống như bất cứ ai từng làm việc với những người đến từ Trung Đông và Á Đông, tôi nhận thấy rằng những kiến thức của George rất hữu ích. Được viết một cách rõ ràng và thực tế, quyển sách này giúp mọi người gỡ bỏ những rào cản về văn hóa, hiểu được người khác và phục vụ một cách hiệu quả hơn." – **Kitty Purgason** (Tiến sĩ Thần học), Giáo sư tại Trường Nghiên cứu Xuyên Văn hóa, Đại học Biola

"Tội lỗi là căn bệnh toàn cầu của nhân loại. Đối với một số nền văn hóa, tội lỗi đem lại mặc cảm; một số khác cảm thấy xấu hổ; và một số khác nữa thì cảm thấy sợ hãi. Sự hiểu biết về các triệu chứng này cung cấp cho chúng ta con đường dẫn đến giải pháp, Đức Chúa Giê-xu Christ. Jayson Georges, bằng một phương cách tuyệt vời, đã giúp chúng ta nhìn thấy được khía cạnh văn hóa của công tác truyền giảng Phúc âm." – **Tiến sĩ Tom Julien**, Giám đốc Điều hành Danh dự, tổ chức Encompass World Partners

"Trong một thế giới đầy màu sắc hiện nay – hiện đại, hậu hiện đại, Tây phương, Đông phương, người nhập cư, người xa xứ, vân vân, Phúc âm Ba chiều cung cấp sự chỉnh màu cần thiết cho cách nhìn của chúng ta khi trình bày Phúc âm. Nếu bạn tự hỏi rằng bạn thiếu sót điều gì khi trình bày Phúc âm bên ngoài bối cảnh quê hương mình, thì hãy đọc *Phúc Âm Ba Chiều* – sẽ không có quyển sách nào giống như vậy. Tác phẩm sâu sắc này của Georges, đặc biệt là về văn hóa xấu hổ-danh dự, đã giúp tôi cất bỏ nhiều sự xung đột nội tâm của chính tôi khi tôi đang phục vụ tại một hội thánh đa sắc tộc với tư cách là một người Mỹ gốc châu Á. Và ứng dụng của tác phẩm thần học này có thể mở rộng ra nhiều khía cạnh khác bao gồm tâm vấn, môn đồ hóa và gây dựng cộng đồng. Đây thật sự là lối giải thích thiết yếu cho thế hệ hội thánh và các nhà truyền giáo tiếp theo." – **David Park**, Mục sư của Cộng đồng Open Table, và người đứng đầu của Next Gener.Asian Church

"Trải qua nhiều thế kỷ Phúc âm đã bị cắt xén theo phương cách tiếp cận một chiều của thần học phương Tây đối với tất cả các nền văn hóa và bối cảnh. *Phúc Âm Ba Chiều* đã giúp chúng ta hiểu được các nền văn hóa trong Kinh Thánh và của thế giới chúng ta. Đây là nguồn tài liệu cần thiết và căn bản để giúp chúng ta nhận biết và tránh được những rào cản văn hóa có thể cản trở mục vụ truyền giáo xuyên văn hóa hữu hiệu của chúng ta." – **Mục sư Martin Munyao** (nghiên cứu sinh chương trình Tiến sĩ), Mục sư và giảng viên thần học tại Kenya

Mục vụ HonorShame.com triển khai những công cụ thực tiễn và điều phối việc huấn luyện Cơ Đốc nhân để phục vụ trong nền văn hóa xem trọng xấu hổ-danh dự, và hậu thuẫn cho ngành truyền giáo học Cơ Đốc của số đông trên toàn cầu có phương thức hoạt động là xấu hổ và danh dự. Xem trang web để biết các buổi hội thảo huấn luyện và nhận miễn phí tài liệu mục vụ. Về tài liệu và các sự kiện mới nhất, đăng ký vào blog hằng tuần và theo dõi @HonorShame.

Gieo Lời Chúa
Gặt nhân thức
Phước tuôn tràn

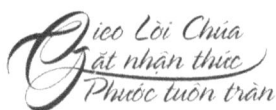

Công ty sách Cơ Đốc **Văn Phẩm Hạt Giống** chính thức ra đời vào tháng 4/ 2016 nhằm đáp ứng nhu cầu cấp thiết về văn phẩm Cơ Đốc có giá trị dành cho Cơ Đốc nhân người Việt với một sứ mệnh rõ ràng.

Văn Phẩm Hạt Giống sẽ cung cấp những văn phẩm Cơ Đốc:

- Có **giá trị cao, trung thành với sự dạy dỗ của Kinh Thánh, phù hợp** với nhu cầu và bối cảnh của các cộng đồng người Việt trong và ngoài nước.
- Nhằm **trang bị** từng cá nhân tín hữu Việt Nam **tăng trưởng đức tin** và **phát triển Vương Quốc Đức Chúa Trời.**

Tên gọi Hạt Giống vốn được truyền cảm hứng từ lời Chúa trong Mác 4:4. Lời của Đức Chúa Trời - Hạt Giống cứu rỗi - sẽ được những Cơ Đốc nhân gieo ra và trở lên lớn mạnh trong lòng người tin nhận.

Khi cho ra đời những văn phẩm có giá trị, chúng tôi ao ước chính mình sẽ là những người gieo trồng, kẻ tưới trong nhà Đức Chúa Trời. Chính Đức Chúa Trời sẽ hành động trong lòng độc giả khiến đời sống họ được biến đổi, lớn lên trong đức tin, được phước dư dật và đem phước hạnh ấy đến cho người khác (1 Cô 3:5-9).

Với mong muốn phát hành nhiều hơn nữa những cuốn sách chất lượng, có giá trị cao tới cộng đồng, chúng tôi luôn cần sự cầu thay, giúp đỡ, nhận xét và đóng góp quý báu cho từng cuốn sách đã được xuất bản. Những lời làm chứng, chia sẻ về sự biến đổi đời sống trong năng quyền của Chúa khi quý vị đọc những cuốn sách này cũng sẽ là nguồn khích lệ lớn lao cho chúng tôi tiếp tục sứ mệnh của mình. Mọi tâm tình, ý kiến đóng góp, chia sẻ xin gửi cho chúng tôi theo địa chỉ:

nhabientap@vanphamhatgiong.com

hoặc chia sẻ với chúng tôi trên trang Facebook **Văn Phẩm Hạt Giống.**

Rất mong được đón nhận!

VĂN PHẨM
Hạt Giống

CÁC SÁCH ĐÃ XUẤT BẢN

Quý độc giả có thể xem thông tin chi tiết về từng sách trên Website: *http://vanphamhatgiong.com/vi/cua-hang/* hoặc trên FB Page *Văn Phẩm Hạt Giống*

CÁC SÁCH SẮP XUẤT BẢN

1. **Rèn Luyện Tâm Linh Trong Nếp Sống Cơ Đốc** (Donald S. Whitney)
2. **Giải Nghĩa Tân Ước của Tyndale: Gia-cơ** (Douglas J. Moo)
3. **Giảng Sách Phi-líp,** Phil Crowter
4. **Bảy Định Luật của Sự Giảng Dạy** (John Milton Gregory)
5. **Noi Gương Chúa Giê-xu** (Một số Mục sư Việt Nam)
6. **Giải Nghĩa Áp Dụng: Phục Truyền Luật Lệ Ký** - 3 tập (Daniel I. Block)

Liên hệ mua sách:

- **E-mail:** info@vanphamhatgiong.com
- **Website:** http://vanphamhatgiong.com
- **Mua sách trên trang lulu.com:** http://www.lulu.com/spotlight/ Van_Pham_Hat_Giong
- **Facebook Page:** Văn Phẩm Hạt Giống